முகங்களின் திரைப்படம்

முகங்களின் திரைப்படம்

சினிமா குறித்த கட்டுரைகள்

செழியன்

எதிர் வெளியீடு

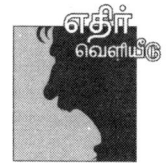

முகங்களின் திரைப்படம்
சினிமா குறித்த கட்டுரைகள்
செழியன்

எதிர் முதல் பதிப்பு: ஜனவரி 2025

எதிர் வெளியீடு,
96, நியூ ஸ்கீம் ரோடு, பொள்ளாச்சி - 642 002
தொலைபேசி: 04259 226012, 99425 11302

விலை: ரூ. 180

Mukankalin Tiraippatam
Cinema kuritta katturaikal
Chezhiyan

Copyright © Chezhiyan
Ethir First Edition: January 2025

Published by
Ethir Veliyeedu, 96, New Scheme Road, Pollachi - 2
Email: ethirveliyedu@gmail.com
www.ethirveliyeedu.com

ISBN: 978-93-48598-58-5
Cover Design: Harisankar
Printed at Jothy Enterprises, Chennai.

All rights reserved. No part of this book may be reprinted or reproduced or utilised in any form or by any electronic, mechanical or other means, now known or hereafter invented, including Photocopying and recording, or in any information storage or retrieval system, without permission in writing from the Publisher.

செழியன்

சிவகங்கையில் பிறந்தவர். இப்போது சென்னையில் வசிக்கிறார். கட்டடப் பொறியியல் படித்தவர். ஹார்மோனியம் சிறுகதைக்காக கதா விருதும் 'தமிழ்ச் சிறுகதைகளில் காட்சிப் படிமங்கள்' என்னும் தலைப்பில் செய்த ஆய்வுக்காக மத்திய அரசின் இளநிலை ஆய்வு நல்கை (Junior Fellowship 2004–2006) பெற்றவர். திரைப்பட ஒளிப்பதிவாளர், 'டுலெட்' திரைப்படத்தின் இயக்குநர்.

ஒளிப்பதிவுக்காகச் சர்வதேச விருதுகளும் (BFI London, MIFF Italy) 'டுலெட்' படத்தின் இயக்கத்திற்காகத் தேசிய விருதும் (2018) இந்தியாவின் சிறந்த படம் (KIFF 2018) விருதுகளும் பெற்றவர். The Film School என்னும் திரைப்படப் பள்ளியை நிறுவித் தமிழில் சுதந்திர சினிமாவுக்கான முன்னெடுப்புகளை வழிநடத்துகிறார்.

'பதேர் பாஞ்சாலி அகாந்தக் (சத்யஜித் ராயின் முதல், கடைசித் திரைக்கதைகளின் மொழிபெயர்ப்பு)', 'வந்த நாள் முதல் (கவிதையும் நிழற்படங்களும்)', 'உலக சினிமா', 'பேசும்படம்', 'ஒளியில் எழுதுதல்', 'டுலெட் திரைக்கதையும் உருவாக்கமும்', 'த மியூசிக் ஸ்கூல்' (மேற்கத்திய இசைக் குறிப்புகள் குறித்த பத்து நூல்கள்) ஆகிய நூல்களின் ஆசிரியர்.

chezhian6@gmail.com

என்னை முட்டாள் என்று சொன்ன
ஆசிரியர் **பி.சி. ஸ்ரீராம்**

என்னை அறிவாளி என்று சொன்ன
சகோதரர் **சீமான்**

இருவருக்கும்

உள்ளடக்கம்

	வெண்கலத்தில் ஒரு மூக்கு	09
1.	பேசும்படம்	13
2.	நமது தமிழ்ப்படம்	24
3.	முகங்களின் திரைப்படம்	44
4.	தொலைக்காட்சியும் விளம்பரங்களும்	62
5.	சிறந்த திரைப்படம்	84
6.	புதிய அலையின் துவக்கம்	93
7.	கதையும் திரைக்கதையும்	107
8.	சாலையில் வரும் ஆசிரியர்	116

வெண்கலத்தில் ஒரு மூக்கு

திரைப்படம் விடுக்கும் புதிர்கள் சுவாரஸ்யமாகவே இருக்கின்றன. அதன் வசீகரத்தைப் பார்த்து நெருங்குகையில் முதல் புதிர் அவிழ்கிறது. பிறகு அதன் அழகியலைப் படைப்பின் தீவிரத்தன்மையை, கதையாடலை, துண்டுக் காட்சிகளின் வழியே நகரும் காலத்தை, ஒளியை, இசையை, ஒலியுடன் இயைகிற காட்சியை, லயத்தை, நெருங்க நெருங்க, புதிர்கள் சுழலாக விரிந்துகொண்டே இருக்கின்றன. தெரியும் என்று உணர்கிற எந்த இடமும் தெரியாத ஒன்றின் துவக்கமாகவே இருக்கிறது.

ஒரு திரைப்படத்தைப் பொழுதுபோக்காக மட்டும் பார்க்க முடிந்தவர்கள் பாக்கியசாலிகள். காட்சி முடிந்ததும் அங்கேயே அதன் இருப்பும் முடிந்து விடுகிறது. ஆனால் படம் முடிந்தபிறகு அது மனத்தில் ஓடத்துவங்கினால் அதன் படைப்பு ரகசியங்களோடு நாம் விளையாடத் துவங்குகிறோம். பிறகு, அது நம்மை அன்புடன் அருகில் அழைக்கும். கண்ணாடியைக் கொத்திப் பார்க்கிற சிட்டுக் குருவியைப் போல அருகிலிருந்து தொட்டும் பார்க்கலாம். மீன்கொத்திபோல உயரத்திலிருந்து குதித்துத் தன் பிம்பத்துக்குள்ளேயே நுழைந்தும் விடலாம். குரோசோவாவின் கனவில், வான்கோவின் ஓவியத்துக்குள் நுழைந்து கோதுமை வயல்களைப் பார்ப்பதுபோன்ற பரவசம்தான் இதுவும்.

எனவே, எழுதிப் பார்த்தேன்.

திரைப்படத் துறையில் சேருவதற்காகப் பெட்டியை எடுத்துக்கொண்டு சிவகங்கையிலிருந்து கிளம்பியபோது முதலில் புதுச்சேரிக்குத்தான் போனேன். ஒளிப்பதிவு உதவியாளராகச் சேருவதற்கு நண்பன் கதிர், எழுத்தாளர்

கி.ராவிடம் பரிந்துரைக் கடிதம் வாங்கித் தருவதாகச் சொன்னான். "சினிமா எதுக்கு?" என்று கி.ரா. கேட்டார். பிறகு, அவர் கடிதம் எழுதும்போது "சரி, சினிமாதான்னு முடிவு எடுத்தாச்சு. எதுக்கும் வெண்கலத்தில ஒரு மூக்கு வாங்கி வச்சுக்கங்க" என்று புன்னகையுடன் சொன்னார். அதிர்ஷ்டவசமாக இன்றுவரை வெண்கல மூக்குக்கான தேவை எனக்கு ஏற்படவில்லை.

அதற்குக் காரணம் துவக்க நாட்களில் திரைப்படத் துறையில் என்னை அன்புடன் இருவர் பார்த்துக் கொண்டனர். இந்த நுட்பத்தின் சாத்தியங்களை மூர்க்கமாக அறிமுகப்படுத்திய என் ஆசிரியர் பி.சி. ஸ்ரீராம். இந்தத் துறையின் இன்னொரு பக்கத்தை அன்புடன் எனக்கு அறிமுகப்படுத்திய சகோதரர் சீமான். சென்னைக்கு வந்த இரண்டே மாதத்தில் இசைப்பதிவுக்கு என்னை அழைத்துப் போய் கதை விவாதத்தில் கலந்துகொள்ள வைத்து திரைப்படத்தின் எந்தத் துறையும் என் அறிவுக்கு எளிது என்று உணர்த்தியவர் சீமான். 'ஒரு படம் வேடிக்கை பாருங்க போதும்...' என்று சொல்லி 'அறிவாளி' என்றே என்னை எல்லோரிடமும் அறிமுகம் செய்து வைத்தார்.

ஆசிரியர் பி.சி. ஸ்ரீராம் இதற்கு நேர் எதிர். அவரிடம் உதவியாளராகச் சேர்ந்த முதல்நாளே என்னை 'முட்டாள்' என்று அழைத்தார். எனது அறியாமையை எனக்கு உணர்த்தினார். பெர்க்மனின் படத்தைப் பார்க்கத் தந்தார். திரைக்கதை எழுதுவது குறித்த பயிற்சி நூலைப் படிக்கச் சொன்னார். சேர்ந்த முதல் இரண்டு மாதங்களில் தனது சேகரிப்பில் இருந்த திரைப்பட நூல்கள் அனைத்தையும் படிக்கத் தந்தார். படப்பிடிப்புக்கு அழைத்துப்போன முதல் வாரத்தில், "அடுத்த காட்சி இதுதான். கேமராவை எங்க வைப்பீங்க... ஷாட் வைங்க பார்ப்போம்" என்றார்.

சினிமாவை அப்போது ஆழ்வார்பேட்டை சினிமா, கோடம்பாக்கம் சினிமா என்று வேடிக்கையாகச் சொல்வார்கள். இரண்டும் இரண்டு துருவம். நுட்பமும் ஸ்டைலும் ஹாலிவுட் தன்மையும் ஆழ்வார் பேட்டை. அங்கு ஆங்கிலம். எல்லாருமே சார் அல்லது வயதில் பெரியவரையும் பெயர் சொல்லி அழைக்கலாம். தியாகராய நகரைத் தாண்டிப் பாலத்தைக் கடந்தால் ரத்தமும் சதையுமாக சென்ட்டிமெண்ட். இது கோடம்பாக்கம். இங்கு ஆங்கிலம் இல்லை. சார்களும் இல்லை. எல்லாருமே அண்ணன், தம்பி, மாமா, மாப்ளைகள். நான் அதிர்ஷ்டவசமாக இரண்டு சினிமாவிலும் இருந்தேன். தங்கியிருந்தது சாலிகிராமத்தில். அன்பிற்குரிய சீமான் அறையில். இரவு இரண்டு மணிவரை அழுக்குத் தலையணையை

மடியில் வைத்துக்கொண்டு கொசுக்கடியில் உட்கார்ந்து கதை விவாதம் நடக்கும். காலையில் மந்தைவெளி கற்பகம் அவென்யூ. சரியாகப் பத்துமணிக்கு ஆசிரியரின் அலுவலகம். குளிர்பதனம் செய்யப்பட்ட அறையில் ஆங்கிலம், ஸ்டோரி போர்ட், பிளாக் புக், நவீன தொழில்நுட்பம்.

மந்தைவெளியில் பிட்ஸா, சாலிகிராமத்தில் உப்புக்கறி. அங்கு கண்டிப்பு. இங்கு அன்பு. அவர் சினிமா கடினம் என்றார். இவர் அதெல்லாம் ஒண்ணுமே இல்லை என்றார். அவர் என் எழுத்துகள் பிரசுரமானபோதுகூட என்னிடம் நேரடியாகப் பாராட்டியதில்லை. இவர் என் கையெழுத்தைக் கூடப் பாராட்டினார். இருவரும் என்மேல் காட்டிய அன்பும் அக்கறையும் என்மேல் இருவரும் வைத்திருந்த நம்பிகைக்யும் என்னை வழி நடத்தியது. வளர்த்தது.

என் அம்மாவுக்கு நான் எப்போதுமே புத்திசாலி. "அவனுக்கு என்ன தெரியும்" என்றுதான் அப்பா சொல்லுவார். திரைப்படத் துறையிலும் எனக்கு அதுவே நிகழ்ந்தது. இரவு ஒரு மணிக்கு அறைக்கு வந்து தூங்குகிற என்னை எழுப்பி, "எந்திரிங்க புரோட்டாவும் பாயாவும் இருக்கு..." என்று சாப்பிட வைப்பார் சீமான். "இருபத்து நாலு மணிநேரத்தில... கம்ப்யூட்டர் கத்துக்கிட்டு வரணும். என்ன செய்வீங்களோ தெரியாது. இல்லேன்னா ஊருக்குக் கிளம்புங்க" இது பி.சி. சார். ஒருவர் படிக்க வைத்தார். ஒருவர் பார்த்துக்கொண்டார்.

அப்போது எதுவுமே இல்லாதபோதும் நம்பிக்கை இருந்தது. திரைத்துறையில் இந்த இருவரும் இல்லாத என் துவக்க நாட்களைக் கற்பனை செய்ய முடியவில்லை. அந்த எளிய அன்பின் வழிநடத்தலின் நினைவாக இந்த நூலை இருவருக்கும் சமர்ப்பிக்கிறேன்.

இந்தக் கட்டுரைகளைப் பிரசுரித்த புதிய பார்வை, தமிழ்க்கொடி, வார்த்தை, உயிர் எழுத்து, டைம்ஸ் ஆஃப் இந்தியா, தமிழ்நாடு முற்போக்கு எழுத்தாளர் கலைஞர்கள் சங்க மலர் ஆகிய இதழ்களுக்கு நன்றி. பாண்டிச்சேரி பல்கலைக்கழகத்தில் நடந்த திரைப்படம் சார்ந்த கருத்தரங்கத்தில் வாசித்த 'கதையும் திரைக்கதையும்' கட்டுரைக்காக அன்புக்குரிய பேராசிரியர் ராஜு அவர்களுக்கு நன்றி. எழுதுவதற்கான சூழலை எனக்குத் தரும் அன்புத் தோழி பிரேமா, என் அன்புக் குழந்தைகள் சிபி, அதிதா, எங்களைப் பார்த்துக் கொள்ளும் வசந்தா அம்மா அனைவருக்கும் என் அன்பு.

“எழுதுப்பா” என்று சொல்கிற அன்னம் கதிர், “என்னடா எழுதுன?” என்று கேட்கிற அய்யப்பமாதவன், “எழுதுங்க...” என்று பார்க்கும்போதெல்லாம் சொல்கிற நண்பர் விகடன் ரா.கண்ணன் - மூவரையும் இந்நேரம் நினைத்துக்கொள்கிறேன். உஸ்மான் சாலையில் செல்லும்போதெல்லாம் அறிவுமதி அண்ணன் நினைவு வருகிறது. இந்தக் கட்டுரையில் இருக்கிற சில சொற்கள் பசி நேரத்தில் அண்ணன் கொடுத்த வேர்க்கடலையாகவோ காராமணிகளாகவோ கூட இருக்கலாம்.

இயக்குநர் ருத்ரய்யா, ஜி. குமரேசன், இயக்குநர் கே.பி.பி பாபு(நவீன்), அறிவுநிதி, புதுச்சேரி சக்திவேல் (செந்தமிழினியன்), பேராசிரியர் காளீஸ்வரன் எனப் பெரிய பட்டியல் இருக்கிறது நன்றி சொல்ல. இந்தப் பட்டியலில் தாமதமாகச் சுதீர் செந்திலும் சேர்கிறான். பொறியாளனாகவும், உயிர் எழுத்தின் ஆசிரியராகவும் இருந்துகொண்டு, செய்கிற வேலைகள் அனைத்தையும் சிரத்தையாக நேரத்தில் செய்து நான் வியக்கிற ஆளுமையாக இருக்கிறான். அவனுடைய உயிர் எழுத்தின் வெளியீடாக இந்நூல் வெளிவருவது பெருமையளிக்கிறது.

திருவிழா சமயங்களில் ஊரின் திறந்தவெளியில் திரை கட்டிப் படம் போடுவார்கள். அப்போது யாராவது ஒரு சிறுவன் திரையில் அசையும் உருவங்களைப் பார்த்து அருகில் போய் நிற்பான். திரையோடு முகத்தை வைத்துக் கொள்வான். புன்னகையோடு கைகளால் திரையைத் தடவிக்கொண்டே இங்கும் அங்கும் நடப்பான். திரைப்படங்களைப் பார்க்கும்போதும் அதுபற்றி பேசும்போதும் எழுதும்போதும் அதே பரவசத்தை நானும் உணர்கிறேன்.

தமிழ்த் திரைப்படம் தனது சமன்பாடுகள் சார்ந்த இறுக்கம் நெகிழ்ந்து அடுத்த நிலையை நோக்கிய மாற்றத்திற்கு ஏங்கி நிற்கும் இந்தப் பருவத்தில் திரைப்படத்திற்குப் புதுமை சேர்க்கவும், உலக அரங்கில் தமிழ்த் திரைப்படங்களுக்கெனப் பெருமையை உருவாக்கவும் புதிய படைப்பாளிகள் வரவேண்டும். பெரிய உடைப்பை நிகழ்த்த வேண்டும். திரைப்படத்தின் வலிமையை உணர்ந்து சமரசமில்லாத திரைப்படங்களை நாம் உருவாக்க வேண்டும். அந்த நம்பிக்கைக்கான சிறுவிதை இந்த நூலில் இருக்கிறது என்றே நான் நம்புகிறேன்.

சென்னை — அன்புடன்

10.12.2011 — **செழியன்**

1

பேசும்படம்
சப்தங்களின் வழியே நிகழும் வன்முறை

மனிதமனம் அடிப்படையாகக்கொண்டு இயங்குகிற விஷயங்களில் முக்கியமானது நினைவு. நினைவுகள் பிறழும்போது மனிதமனம் ஒரு புதிராக மாறுகிறது. இத்தகைய முக்கியமான நினைவுகளைப் பேணுவதும் செயலற்றிருக்கும்போது அவற்றை ஓயாது நினைத்துப்பார்ப்பதும் மனிதமனத்தின் செயல்பாடாக இருக்கிறது. தான் விளம்பர நிறுவனத்தில் வேலைபார்க்கும்போது அங்கிருந்த அச்சகத்தின் மை வாசனையை நுகர்ந்ததும் தனது பால்யகால ஞாபகம் வந்ததாகச் சத்யஜித்ராய் சொல்கிறார். 'சப்தங்களின் தூண்டலில் எழும் என் சோகநினைவுகளைச் சொல்வதென்றால் அதற்கு அளவேயில்லை' என்று அகிரா குரசோவா தன் சுயசரிதையில் எழுதுகிறார். பொதுவாக நம்மனதில் ஆழ்ந்திருக்கும் நினைவுகள் புலன் சார்ந்த இரண்டு விஷயங்களால் அதிகம் மீள்கின்றன. அதில் ஒன்று வாசனை. இன்னொன்று ஒலி.

இந்த இரண்டு கூறுகளை முன்வைத்து நம் திரைப்படங்களை அணுகும்போது திரைப்படத்தில் வாசனை என்றொரு அம்சம் பரிசோதனையின் பிறகு நடைமுறை சாத்தியங்கள் கருதிக் கைவிடப்பட்டது. பூக்களின் நடுவே ஒரு நாயகி சிரிக்கிற காட்சியில் அந்தப் பூக்களின் வாசனையை நாம் உணர வேண்டிய அவசியமோ தேவையோ நமக்கு ஏற்படுவதில்லை. பார்த்தல், கேட்டல், நுகர்தல், சுவையறிதல், உணர்தல்

முதலான மனிதனின் ஐம்புலன்களில் நுகர்தலும் சுவை உணர்தலும் திரைப்படம் பார்க்கையில் நம் மனம்சார்ந்த நினைவுகளின் வழியாக அயலான ஓர் உணர்வாகவே இயங்குகிறது. ஆனால் பார்த்தலும் கேட்டலும் உணர்தலும் நேரடியானவை.

நடைமுறை வாழ்க்கையில் நாம் அன்றாடம் அதிகம் பயன்படுத்தும் இப்புலன்களின் வழியே ஒரு திரைப்படம் இயங்குவதால் அது பொழுதுபோக்குக் கலைவடிவங்களில் நமக்கு மிகவும் அணுக்கமான ஒன்றாக இருக்கிறது. அதிலும் திரைப்படத்தின் ஆரம்பகால வரலாற்றைப் பார்க்கும்போது இந்தப் பார்த்தல், கேட்டல், உணர்தல் என்கிற மூன்று புலனுணர்வில், கேட்டல் இயலாததாகவே இருந்தது. லூமியர் சகோதரர்களின் படங்கள் வெறுமனே காட்சியை மட்டும் பதிவு செய்தன. பின்னாளில் கிரிஃபித், ஐஸன் ஸ்டீன் காலத்தில் மௌனப் படமாக இருந்து சாப்ளினின் கடைசிப்பருவங்களில் பேசும்படமாக வளர்ந்த திரைப்படம் பின்னாளில் ஸ்டீரியோ நுட்பமாகப் பரிணமித்து இன்று நம் இருக்கைகளைச் சுற்றி அதிர்கிற டி.டி.எஸ் நுட்பங்கள் வந்துவிட்டநிலையில் ஒலி என்பது திரைப்படத்தின் தவிர்க்கமுடியாத கூறாக இயங்குகிறது. அத்தகைய அடிப்படையான கூறான ஒலி சார்ந்து நம் படங்களின் அணுகுமுறை குறித்துக் கொஞ்சம் விவாதிக்கலாம்.

குழந்தைகள் வளர்கிற வயதில் அவர்களின் ஒவ்வொரு மழலைச்சொல்லும் நாம் பதிவுசெய்து மகிழ்கிற அளவுக்கு இன்பமானதாக இருக்கிறது. ஆனால் அதே குழந்தை வளர்ந்து பெரியவனாகி தடித்த வார்த்தைகளுடன் நம் மனம் நோகப் பேசுகையில் அப்போது நாம் உணர்கிற வேதனை கொடுமையானது. இந்த உதாரணத்தைத் திரைப்படத்தின் ஒலிநுட்பம் சார்ந்த வளர்ச்சியுடன் பொருத்திப் பார்க்க முடியும். ஒரு திரையரங்கத்துக்கு இணையான நுட்பங்கள் வீட்டுக்கே வந்துவிட்ட சூழலில் ஒரு பார்வையாளனைத் திரையரங்கத்திற்கு வரவழைக்க அதன் தொழில்நுட்பம் சார்ந்து காட்சித்துல்லியத்திலும், ஒலிப் பரிமாணத்திலும் ஒரு விஷேச அனுபவத்தைத் தரவேண்டிய கட்டாயம் திரையரங்கிற்கு இருக்கிறது. இதன் விளைவாக ஒலியை நம் திரைப்படங்கள் கையாளும் முறைகள் வினோதமானவை.

பொதுவாக ஒரு திரைப்படத்துக்குச் செல்கிற பார்வையாளன் திரைப்படம் முடியும் வரையிலான இரண்டரைமணி நேரம் வரைக்கும் அதனுடன் இருக்கிறான். அதன் காட்சியையோ அதன் ஒலியையோ அவன் கட்டுப்படுத்த முடிவதில்லை. அங்கிருந்து வெளியேறுவதைத் தவிர பார்வையாளனுக்கு எந்தச் சுதந்திரத்தையும் திரைப்படம் வழங்குவதில்லை. ஆனால் தொலைக்காட்சியின் மீது நமக்கிருக்கும் கட்டுப்பாடுகள் அளவில்லாதவை. அலைவரிசையை மாற்றவோ அல்லது ஒலி மற்றும் ஒளியின் அளவைக் குறைப்பதோ பிடிக்காத பட்சத்தில் அதை அணைத்துவிடுவதோ கூட எளிதானது. ஆனால் கணிசமான பணம் கொடுத்துத் திரையரங்கத்திற்கு தனியாகவோ குடும்பத்துடனோ வந்திருக்கிற பார்வையாளன் படம்பிடிக்காமல் போனால்கூட கொடுத்த பணத்தை நினைத்து அங்கிருந்து வெளியேற விரும்புவதில்லை. தொடர்ந்த வன்முறைப் படங்களின் வருகையினாலும் தான் பார்த்ததையே திரும்பப் பார்க்க விரும்பாத காரணத்தாலும் ஒரு பார்வையாளன் குடும்பத்துடன் திரையரங்கிற்கு வருவதைத் தவிர்க்கிறான்.

சமீபகாலமாக யதார்த்தப்படங்கள் என்று நமக்குச் சொல்லப்படுகிற தமிழ்ப்படங்கள்கூட வன்முறையைக் கதைக்களனாகக் கொள்வதால் அவை காட்சிகளின் வலிமையை, கொடூரத்தைப் பிரதிபலிப்பதற்காக ஒலியைக் கையாளும்விதம் கோரமானது. ஒரு கனரகத் தொழிற்சாலையின் உள்ளிருக்கும் சத்தத்தைவிட சில காட்சிகளில் திரையரங்கில் நாம் கேட்கும் ஒலியின் அளவு அதிகமானது. குறிப்பாகத் திரைப்படங்களின் உள்ளிருக்கும் காட்சிரீதியான வன்முறையை மட்டுமே நாம் காண்கிறோம். ஆனால் அதில் சூக்குமமாகப் பின்னிருந்து இயங்கும் ஒலியின் வன்முறை நுட்பமானது.

மனித எலும்புகள் முறியும் ஒலியை நீங்கள் கேட்டிருக்கிறீர்களா? அருகிலிருக்கும் ஏதாவது ஒரு தமிழ்ப்படம் ஓடும் திரையரங்கிற்குள் சென்றால் நீங்கள் அதைத் துல்லியமாகக் கேட்கமுடியும். அதுபோல் மனிதனின் கழுத்தை ஒரு அரிவாள் ஊடுருவும்போது என்ன சத்தம் கேட்கும்? மனிதனின் உடலில் எந்தெந்த பாகங்களில் அடித்தால் என்னவிதமான ஒலி எழும்? எல்லாவற்றுக்குமான சப்த மாதிரிகள் நம் திரைப்படங்களில் இருக்கின்றன. இது நாளுக்குநாள் புதுப்பிக்கப்படுகிறது. ஏனெனில் ஒருவர் பயன்படுத்திய சத்தம் அந்தப் படத்துடன் பழையதாகிவிடுவதால்

அடுத்தடுத்த படங்களில் புதுமை அவசியப்படுகிறது. அதுபோல் சண்டையில் அடிபடுபவர்கள் அடிபொறுக்காமல் கொடுக்கிற சத்தம் அதனினும் கொடுமையானது.

பொதுவாகவே ஒரு தொழில்நுட்பம் வந்ததும் அதை ஒரு வகைமையின் கீழ் இல்லாமல் அதீதமாகப் பயன்படுத்தும் போக்கு நம்மிடம் இருக்கிறது. திரைப்படங்களில் வண்ணம் வந்ததும் சிவப்பு கால்சட்டையும் மஞ்சள் மேல்சட்டையும் கதாநாயகர்கள் அணியத்துவங்கியதுபோல் தேவையற்ற போலியான வண்ணங்கள் காட்சியில் இருக்கும் பொருட்களில் எல்லாம் பயன்படுத்தப்படும் முறை இன்றுவரை இருக்கிறது. ஈஸ்ட்மேன்-கலர் என்று விளம்பரம் செய்யப்பட்ட துவக்கக்காலப் படங்களில் இதன் உதாரணங்களை இன்னும் தெளிவாகப் பார்க்கமுடியும். அதுபோலவே முப்பரிமாணப்படங்கள் அறிமுகமாகும்போது முப்பரிமாணத்தை உணர்த்துவதற்காகத் திரையில் இருக்கும் கதாபாத்திரங்கள் காரணமில்லாமல் அடிக்கடி ஏதாவது பொருட்களை நம்மைநோக்கி எறிவதும் அவை திரையைக்கடந்து நம்மை நோக்கி வருவதும் நாம் அறிந்த ஒன்று. இவ்வகையில் புதிதாக நம் கையில் கிடைத்திருக்கும் தொழில் நுட்பம், சூழ்ந்திருந்து நம்மைத்தாக்கும் ஒலி. ஓர் ஒலியைச் சூழ்ந்திருக்கும் விதமாக வடிவமைப்பது எப்படி? பொதுவாக நாம் வசிக்கிற சூழலில் நாம் கேட்கிற சத்தங்கள் யாவும் ஒரு சூழ்ந்த தன்மையையே கொண்டிருக்கின்றன. அதற்கு முக்கியமான காரணம் யதார்த்த வாழ்வில் நமக்கும் பொருட்களுக்கும் இடையிலான தூரம் அல்லது இடைவெளி என்பது இயல்பானது. உதாரணத்திற்கு நீங்கள் வீட்டினுள் இருக்கும்போது வீட்டுக்கு வெளியில் காய்கறி விற்பவரின் குரல் அல்லது நீங்கள் வீட்டுக்குள் இருக்கும்போது அடுப்படியில் ஒரு டம்ளர் விழும் ஒலி இரண்டுக்கும் இரண்டுவிதமான பரிமாணங்கள் இருக்கின்றன. மேலும் நடைமுறை வாழக்கையில் சத்தம் எவ்வளவு அதிகமானதாக இருந்தாலும் அது திறந்தவெளியில் சிதறிச்செல்வதாக, பரந்து செல்வதன் மூலம் கரைந்துவிடுகிற தன்மை அதன் இயல்பிலேயே இருக்கிறது. ஆனால் ஒரு திரைப்படத்திற்காகச் செயற்கையாக உண்டாக்கப்படும் ஒலிகள் இந்த அம்சங்களையெல்லாம் உணர்ந்து இயற்கையானதுபோல வடிவமைக்க முயற்சிக்கப்படுகின்றன.

ஆனாலும் நிஜ வாழ்க்கையின் சத்தத்துக்கும் மூடப்பட்ட ஒரு அரங்கத்துக்குள் நாம் கேட்கும் சத்தத்துக்கும் பல வித்தியாசங்கள் இருக்கின்றன. நாம் நிஜவாழ்வில் காண்கிற எல்லாமும் நீளம், அகலம், உயரம் அல்லது ஆழம் எனப்படும் முப்பரிமாணங்கள் கொண்டவவை. ஆனால் திரைப்படம் தட்டையானது. அது இரண்டு பரிமாணங்களே உடையது. எனவேதான் ஒளியமைப்பில் காட்சியின் கோணத்தில் கதாபாத்திரங்களுக்கு இடையே உள்ள இடைவெளி மற்றும் தொலைவை உருவாக்க ஒரு ஒளிப்பதிவாளர் முயல்வதைப்போல, அந்தக்காட்சியில் உள்ள ஒலியும் ஒரு முப்பரிமாணமுள்ள இடத்தில் நிகழ்வது போன்ற ஒரு மாயையை உருவாக்கவேண்டிய அவசியம் ஏற்படுகிறது. தொழில்நுட்பத்தில் எதையும் சாத்தியமாக்கலாம் என்ற நிலைக்கு வந்திருக்கிற சூழலில் அத்தனை துல்லியமாக நாம் எதைப் படம் பிடிக்கிறோம் எந்த ஒலியைப் பதிவு செய்கிறோம் என்பதுதான் முக்கியமானது.

பொதுவாகச் சத்தங்கள் இருப்பை உணர்த்துகின்றன. அல்லது இருப்பு சப்தங்களால் அறியப்படுகிறது. அழுகிற பிள்ளை பால் குடிக்கும் என்றும் அதிகம் பேசாதவன் பிழைக்கத் தெரியாதவன் என்றும் வழக்கத்திலிருக்கும் சொற்றொடர்களை இதனுடன் பொருத்திப் பார்க்க முடியும். ஒருவர் தன் இருப்பை உணர்த்துவதற்குப் புலன்களில் முக்கியமானதாக சத்தமே இருக்கிறது. அதுபோல் தொடமுடியாத தொலைவில் எதிரில் இருக்கிற ஒருவரைச் சத்தமே தொட்டுத்திருப்புகிறது. பொதுவாகச் சத்தங்களின்மேல் நம் புலன்களுக்கு இருக்கும் ஈர்ப்பு அபரிமிதமானது. நம் நனவிலி மனதில் இயங்கும் இந்தச் சத்தம் சார்ந்த குறிப்புகளும் வலிமையானவை. முற்றிலும் நினைவுகளால் இயங்கும் மனிதமனம் தன்னுள் இருக்கும் நினைவுகளைத் திறக்கும் சாவியாகக் காட்சிகள் சார்ந்த குறிப்புகளை வைத்திருந்தாலும் அதில் ஒலியின் பங்கு முக்கியமானது.

காட்சி எப்போதும் வலிமையானது. ஆனால் அந்தக் காட்சியுடன் பொருத்தமாக ஒலி இணையும்போது அது காட்சியின் வலிமையை மேலும் காத்திரமாக்குகிறது. சமீபத்தில் சதாம் உசேன் தூக்கிலிடப்படும் நிகழ்வு தொலைக்காட்சியில் வெளியானது. இது வெறுமனே சத்தம் இல்லாத ஓர் ஊமைக்காட்சி. சமீப காலத்தில் வரும் ஒளிப்பதிவுக் கருவிகள் யாவும் காட்சிக்கு

இணையாகச் சத்தத்தையும் பதிவு செய்யக்கூடியவை. ஆயின் அந்தக் காட்சி சத்தமில்லாது ஒளிபரப்பானது ஏன்?

கழுத்தெலும்புகள் முறியும் மெல்லிய ஒலியும் அப்போது எழும் உயிர்த்தவிப்பின் கணநேர முனகலும் ஒலிபரப்பப்பட்டால் அந்த ஒலி காட்சியின் கொடுமையை இன்னும் பல மடங்கு தீவிரமாக்கும். எனவே சத்தம் திட்டமிட்டுத் தவிர்க்கப்படுகிறது. தூக்கிலிடும் காட்சியையே தவிர்த்து, இருட்டாக்கப்பட்டு அப்போது அங்கு எழுந்த சத்தங்கள் மட்டுமே ஒலிபரப்பாகியிருந்தால் அது காட்சியைவிட இன்னமும் பயங்கரமானதாக இருந்திருக்கும். இதிலிருந்து சத்தம் காட்சியைக் கடந்து வலிமையானது என்பதை நாம் உணரமுடியும். பொதுவாக ஒரு நிழற்படம் திரைப்படத்திடமிருந்து பின்தங்குவது அதன் அசைவிலும் குறிப்பாக அதன் ஒலியிலும்தான். காட்சிக்கு ஒலி தருகிற பரிமாணமே அதன் நம்பகத்தன்மையைப் பலப்படுத்துகிறது. மேலும் ஒலியைத் தவிர்த்து விடுகிற காட்சி பலசமயங்களில் உயிர்ப்பை இழந்துவிடுகிறது. நம் படங்களில் கதாநாயகன் அறிமுகமாகும் காட்சியைச் சத்தத்தை நிறுத்திவிட்டுக் காட்சியை மட்டும் பார்த்தால் ஒலியின் மகத்துவம் புரியும். ஒலியை நிறுத்திவிட்டால் நாம் வியக்கிற பல கதாநாயகர்களின் சண்டைக்காட்சிகள் வெறும் நகைச் சுவைக் காட்சியாக மாறும்.

ஒரு நல்ல திரைப்படம் எந்தமொழியைச் சார்ந்ததாக இருந்தாலும் அதை நாம் புரிந்துகொள்ள முடிவதற்கு முதன்மையான காரணம் அதன் காட்சிமொழி. இரண்டாவது கூறாகவே அதில் ஒலியும் வசனங்களும் இசையும் இருக்கின்றன. ஆனால் தமிழில் வருகிற பெரும்பாலான படங்கள் காட்சியைப் புறந்தள்ளி சத்தங்களின் வழியாகவே இயங்குகின்றன. நன்றாக வசனம் பேசுபவராக அறியப்பட்ட நடிகர்களும் நன்றாக வசனம் எழுதப்படுபவராக அறியப்படுகிற இயக்குநர்களும் இங்கு அதிகம். ஏன்? ஒரு தமிழ்ப்படம் வசனங்களாகவும் தொடர்ந்த பின்னணி இசையின் வழியாகவும்தான் இயங்குகிறது. சமீபத்தில் வெளியான படங்களிலிருந்தே உதாரணம் காட்டமுடியும். உலகின் சிறந்த இயக்குனர் எவரும் அவரது படத்திலிருக்கும் வசனங்களால் அறியப்படுவதில்லை. நிஜவாழ்க்கையில் நீங்கள் பேசிய நல்லவசனம் எது என்று கேட்டால் உங்களிடம் பதில் இருக்கிறதா? பிறகு வாழ்க்கையை ஏதோ ஒருவிதத்தில் பிரதிபலிப்பதாகச் சொல்லப்படும் இந்தப் படங்களில்

நல்லவசனம் எதற்கு? மேலும் நமக்குப் பேசுகிறசக்தி இருக்கிறது என்பதற்காக விழித்திருக்கிற நேரம் முழுக்க நாம் பேசிக்கொண்டே இருப்பதில்லை. பலநேரங்களில் நம் மௌனம்தான் நம் பேச்சையே அர்த்தப்படுத்துகிறது. ஆனால் ஒரு பேசும் படத்தில் நிகழ்வது என்ன?

துவங்கிய நிமிடத்திலிருந்து முடிகிற நிமிடம்வரை தொடர்ந்து ஏதோ ஒரு விதத்தில் அவை ஒலித்துக்கொண்டே இருக்கின்றன. உரையாடல்களின் இடையே மௌனம் இருப்பது அரிது. அப்படியே இருந்தாலும் அந்த மௌனம் இசையால் நிரப்பப்படும். குறிப்பிட்ட சில இசை அமைப்பாளர்களின் முயற்சிகளைத் தவிர்த்துவிட்டுப் பார்த்தால் பின்னணி இசையை நம் படங்கள் கையாள்வது ஆய்வு செய்யவேண்டிய விஷயம். உலகின் பொழுதுப்போக்குப் படங்கள் எதிலும் இந்த அளவுக்குப் பின்னணி இசை மலினமாகப் பயன்படுத்தப்படுவதில்லை. நம் வாழ்வில் இசைக்கான தருணங்கள் மிகச்சிலவே இருக்கின்றன. அத்தகைய புரிதலோடு வாழ்க்கையின் நேரத்தைத் திரைப்பட நேரமாக மாற்றும்போது இசைக்கான அவசியம் ஒரு திரைப்படத்தின் சில இடங்களிலேயே தேவைப்படுகிறது. ஆனால் நம்படங்கள் துவங்கியதிலிருந்து முடியும் வரை பின்னணியில் தொடர்ந்து இசைக்கப்படுகின்றன. இவை தவிர சிறப்பு சத்தங்கள் எனும் பெயரில் ஒரு படத்தில் சேர்க்கப்படும் ஒலிகள் நம் கவனத்தைக் காட்சியின்மீது தக்கவைப்பதற்காகச் சேர்க்கப்படுகின்றன. உதாரணத்திற்கு ஒரு கதாநாயகன் விரலைத் தூக்குவதற்கும் திரும்பிப் பார்ப்பதற்கும் சத்தம் அவசியப் படுகிறது. அந்தச் சத்தம் இல்லாதபோது அது வெறும் செயல். சரித்திரகாலப் படங்களில் தெய்வங்கள் தோன்றும்போது ஒரு வெடி போன்ற வெண்கல ஒலியுடன் தோன்றுவதும் அரசியல் தலைவர்கள் வருகையை அறிவிக்க வெடிகளை வெடிப்பதும் இவ்வகையான உத்திதான். எந்தக் காரணமும் இல்லாமல் பிறரின் கவனத்தைத் தன் பக்கம் திருப்புவதற்கு ஒலி அவசியமாகிறது. எனவே கதை இல்லாத ஒரு திரைப்படம் பார்வையாளனை தன் கதாநாயகன் எழுப்பும் சத்தங்கள் வழியே திருப்திப்படுத்த முயல்கிறது.

கதைகளைப் பொறுத்தவரை உலகில் நான்கு விதமான கதைக்கருக்களே இருக்கின்றன எனும் கருத்து உண்டு. ஆனால் நம் தமிழ்ப்படங்களைப் பொறுத்தவரை கதை ஒன்றே

ஒன்றுதான். அதே கள்ளன் போலீஸ் கதை. நல்லது செய்யும் ஒருவன் கெடுதல் செய்யும் ஒருவன். யாரை யார் அழிப்பது என்ற போராட்டம். இடையே காதல். காதலுக்காகப் பாடல். அவ்வளவுதான். இதில் நாயகனின் பராக்கிரமம் சண்டைபோட்டு எதிரிகளை உதைத்தால்தான் வெளிப்படும். இதில் எம்.ஜி.ஆர் காலத்திலிருந்து விதவிதமான சண்டைகளைப் பார்த்துப் பார்வையாளன் பழகிவிட்டநிலையில் கடைசியில் கொல்லப் போகிற அல்லது திருந்தப்போகிற வில்லனுக்கு எத்தனை விதமான உதைகளைக் கொடுப்பது?

எல்லாம் சலித்துவிட்ட நிலையில் வெளிநாட்டுப் படங்கள் ஒருபுறம் பிரமாண்டமான பொருட்செலவுடன் எடுக்கப்பட்ட சண்டைக்காட்சிகளுடன் நம் திரையரங்கிற்கும் தொலைக்காட்சிக்கும் நேரடியாக வந்துவிட்டன. இதுபோதாதென்று நாள்தோறும் தொலைகாட்சியில் காட்டப்படும் அசலான வன்முறைகளும் கொலைகளும் நிஜமான வன்முறை எப்படி இருக்கும் என்று மக்களுக்குத் தொடர்ந்து காட்டிக்கொண்டே இருக்கின்றன. இந்த நிலையில் திரையில் நிகழும் வன்முறையை நிஜமென்று ஒரு பார்வையாளனை நம்பவைப்பது எப்படி?

இவை தவிர முன்பு ஒரு படத்தின் தயாரிப்பு என்பது ரகசியமாக வைக்கப்பட்டது. ஆனால் இப்போது ஒரு திரைப்படம் எப்படி எடுக்கப்படுகிறது என்பதையும் படமாகப் பிடித்துக்காட்டுகிற தேவை வந்தவுடன் சண்டைக்காட்சிகளில் கதாநாயகனின் போலியான குத்துக்கள் சாதாரண மக்களுக்கும் தெரியத் துவங்கிவிட்டன. இவ்வாறு சகல திசையிலும் போட்டியையும் சவாலையும் எதிர்கொள்கிற திரைப்படம் தன் கதாநாயகன் மீது ஒரு தற்காலிகமான பிரமிப்பை ஏற்படுத்த அதிரடியான சத்தத்தையே நம்புகிறது.

எனவே நம் செவிப்பறையைத் தாக்கும் விதவிதமான சத்தங்களின் மூலமும் படபடப்பான துண்டுக் காட்சிகளின் மூலமும் எதையுமே தெளிவாகப் பதியுமுன் கண்களின் நிலைப்புத் தன்மையைக் கடந்து வேகமாகக் கடந்துவிடுகிற ஒளிப்பதிவுக் கருவியின் இயக்கமும் படத்தொகுப்பும் பார்வையாளனுக்குள் ஒருவிதமான பதட்டத்தைக் கதைக்கு அப்பாற்பட்டு நிகழ்த்துகின்றன. நீண்ட சரவெடிகள் வெடிக்கையில் நம் மனம் அதைக்கடந்து இயங்குவதில்லை.

அது தொடர்ந்து வெடிக்கும் அந்தச் சத்தத்தையே நம் மனம் அனிச்சையாகப் பின்தொடர்கிறது. படத்தொகுப்பின் வழியே, தொடர்ந்து ஆடிக்கொண்டிருக்கும் ஒளிப்பதிவுக்கருவியின் வழியே, இடைவிடாது கத்திக்கொண்டிருக்கும் நாயகன் அல்லது ஒலிக்கும் சத்தங்களின் வழியே நாம் எதையும் யோசிக்கமுடிகிற வெளியை ஒரு திரைப்படம் நமக்குத் தருவதில்லை. அவ்விதமாகப் பார்வையாளனை இரண்டரை மணி நேரம் பதட்டப்படுத்தி யோசிக்கவிடாமல் செய்வதே ஒரு வெற்றிப்படத்துக்கான சமன்பாடாகவும் கருதப்படும் சூழலில் அத்தகைய செயற்கையான பதட்டமும் வன்முறையும் சத்தங்களின்வழியே நம்மை வந்தடைவதை நாம் ஏன்அனுமதிக்கவேண்டும்?

சமீபத்தில் நண்பரின் குடும்பத்துடன் ஒரு திரையரங்கிற்குப் போக நேர்ந்தது. படம் துவங்கிய சில நிமிடங்களில் வினோதமான ஒலிகள் திரையரங்கின் சுவர்களிலிருந்து பீறிட்டுத்தெறிக்க கதாநாயகன் பிரசன்னமாகிற காட்சி. நண்பரின் நான்கு வயதுப்பையன் வீறிட்டு அழத்துவங்கினான். ஒருவழியாய் அவனை ரொட்டிகள் கொடுத்துச் சமாதானப்படுத்தினால் அடுத்த சிலநிமிடங்களில் கதாநாயகன் எதிரிகளைத்தாக்கும் காட்சி. உலோகத்தைப் பிளப்பதுபோன்ற செவிப்பறையை அதிரவைக்கும் ஒலியுடன் துவங்கும் சண்டைக்காட்சி. திடுக்கிட்டு அழும் குழந்தையைச் சமாதானப்படுத்த முடியாமல் அரங்கத்திலிருந்து வெளியே வந்து நின்றுகொண்டிருந்தோம். இடையிடையே கதவு திறந்து மூடும்போது உள்ளிருந்து கேட்கும் ஒலியை சற்றுக் கவனித்துப் பார்த்தால் அதில் எத்தனைவிதமான வினோதஒலிகள். எல்லாமே மின்னணுக்கருவிகளின் மூலம் செயற்கையாக ஏற்படுத்தப்பட்டவை. தர்க்கரீதியான கேள்விகள் கேட்கும் நம் மனத்தின் செயல்களைத் தற்காலிகமாக முடக்கிவைப்பதற்காக எத்தனை சத்தங்கள்?

கதை சொல்லலில் இருக்கும் மாயை சார்ந்த நம்பகத்தன்மையாலும் உணர்வுப்பூர்வமான ஆட்படுத்தலாலும் ஒரு ரசிப்பையும் லயிப்பையும் ஏற்படுத்தவேண்டிய கலைவடிவம் தன் போதாமையை மறக்கடிப்பதற்காக ஒரு போதை மருந்தைவிடவும் மறைமுகமாக ஆழ்மனம் சார்ந்த நம் புலன்களை மயக்கத்தில் ஆழ்த்துவது எவ்வளவு நுணுக்கமான வன்முறை. காட்சிகளில் இருக்கும் வெளிப்படையான வன்முறையைக் கண்டிக்கிற நாம் மெதுவிஷமாக நம் புலன்களை முடக்கும் இந்த ஒலியின்

தன்மைகள் குறித்து என்ன அபிப்ராயங்கள் வைத்திருக்கிறோம்? ஆபாசமென்று வெளிப்படையாகத் தெரிகிற இடங்களில் அதன் ஒலியை நீக்குகிற தணிக்கைத்துறை, நாம் பொறுக்கிற ஒலி அளவைத் தாண்டிப் படச்சுருளில் பதியப்படுகிற ஒலியை, ஒரு திரையரங்கின் இருக்கவேண்டிய ஒலியின் அளவைக் கட்டுப்படுத்துவதற்கு என்னவிதமான அளவுகோல்கள் வைத்திருக்கிறது?

அகிரா குரசோவா தனது சுயசரிதையில் தன் இளமைக்காலத்தில் தான் கேட்ட ஒலிகளையும் அதன் வழியே மீள்கிற நினைவுகளையும் எழுதுகிறார். அதில், ‘அன்றைய நாட்களில் மின்சார மற்றும் மின்னணு இசைக்கருவிகள் அறவே இல்லை. எல்லா ஒலிகளும் இயற்கை ஒலிகளாகவே இருந்தன. புகைபிடிக்கும் குழாயைச் சரிசெய்பவனின் விசில் சத்தம், புனித ஆலயங்களில் சடங்குகளுக்கான மணியோசை, மிட்டாய் விற்பனின் பெட்டியில் பூட்டு மோதும் சத்தம், காற்றில் ஆடும் புற்களின் மெல்லிய சப்தம், பறவைகள் விற்பவன் எழுப்பும் சத்தம், பந்து விளையாடுகையில் பாடும்பாடல்கள் என என் இளம் பிராயத்தின் நினைவுகளிலிருந்து, இந்தச் சப்தங்களை என்னால் பிரிக்கமுடியாது. ஆனால் அவையாவும் இப்போது அழிந்துவிட்டன. என் பால்யகாலத்தில் நான் கேட்ட சப்தங்களைப் பற்றி எழுதும் இந்த நேரத்தில் தொலைக்காட்சி, வெப்பமூட்டும் சாதனங்கள், தொலைபேசி மற்றும் மின்னணு சாதனங்களின் உணர்ச்சியற்ற ஒலிகள் எனது செவியைத் தாக்குகின்றன. இந்தக் காலத்துக் குழந்தைகள் இந்த ஓசைகளிலிருந்து தங்கள் பருவம் குறித்த எந்தவிதமான நினைவுகளையும் வைத்துக்கொள்ள முடியாது என்றே தோன்றுகிறது” என்று எழுதுகிறார். இது எத்தனை சோகமானது.

நாம் சார்ந்திருக்கும் அனைத்தும் மாசுபட்டு தங்கள் தனித்த அடையாளங்களை இழந்து கொண்டிருக்கும் ஒரு காலகட்டத்தில் இந்தத் தலைமுறையைப் பெரிதும் பாதிக்கிற ஊடகமான திரைப்படம் இயந்திரத்தனமான ஒலியின்வழியே பார்வையாளரை வயப்படுத்துகிற மலினமான முறையைவிடுத்து, இனிமையான இசையுடன் தேர்ந்த காட்சியின் வழியே நிதானமாகக் கதைசொல்ல முயற்சிக்க வேண்டும். எந்த ஒரு நல்லபடமும் பார்த்து முடித்ததும் நம்முள் ஓர் ஆழ்ந்த மௌனத்தையும் நம்வாழ்க்கை சார்ந்த சிலகேள்விகளையும் எழுப்புகிறது.

ஆனால் நம் தமிழ்ப்படங்களில் பல நாம் பார்த்துமுடித்ததும் ஏன் இதைப் பார்த்தோம் என்ற கேள்வியைத்தவிர வேறு எந்தக் கேள்வியையும் எழுப்புவதில்லை. காரணம் ஒலி மற்றும் ஒளி சார்ந்து நமக்கு இருக்கும் நுட்பங்களின் மீதான மேதமை, கதையிலும் உணர்விலும் கைவரவேண்டும். குரசோவா தனது திரைப்படங்களின் ஒலியைப் பற்றிப்பேசும்போது 'ஒளிப்பதிவுக் கருவியை இயக்கத் துவங்குமுன் ஒருகாட்சியில் எத்தகைய ஒலியைத் தெரிவு செய்யவேண்டும் என்பதை நான் முன்கூட்டியே தீர்மானித்து விடுகிறேன்' என்று எழுதுகிறார். இயக்குநர் ஸ்டான்லி குப்ரிக் 'ஒரு திரைப்படம் புனைகதையாக இருப்பதை விடவும் ஓர் இசையைப்போல இருக்கவேண்டும்' என்கிறார். இசையின் அடிப்படையும் ஒலிதான். ஆனால் அதை மிகச்சரியாகப் பயன்படுத்தும்போதுதான் ஒரு திரைப்படம் தன் வலிமையை முழுமையாக வெளிப்படுத்தும் ஊடகமாக எழுகிறது.

உலகம் முழுமைக்கும் அமைதியையும் தியானத்தையும் பரிசளித்த நம்நாட்டின் கலாச்சார வளமுள்ள நம் மொழியிலிருந்து வரும் படங்கள் அவ்விதமான தியானத்தன்மையோ ஆழ்ந்த அமைதியோ இல்லாமல் வெற்றுக்கூச்சல்களாக வந்துகொண்டிருப்பது வேதனையானது. கற்காலமனிதன் மொழியையும் அதன் பயன்பாடுகளையும் நுணுக்கமாகப் பயன்படுத்தத் தெரியும்போதே அவன் நாகரிகமடைந்தவனாகக் கருதப்பட்டான். ஆனால் திரைப்படமொழி கண்டுபிடிக்கப்பட்டு நூற்றாண்டைக் கடந்தபோதும் அதைப் பிரயோகிக்காமல் அதன் கற்காலத்திலேயே இருந்து கூச்சல்போடும் ஒரு மொழியின் திரைப்படம் எந்த வரிசையில் சேரும்? தமிழின் மற்ற கலைகளில் உலகம்போற்றும் தரத்தில் இருக்கிற ஆளுமைகளைப் பெருமையுடன் சொல்லிவிட முடியும். ஆனால் திரைப்படத்துறையில்?

ஏன் இல்லை என்று யோசித்துப்பார்க்கலாம். சலித்துப்போன இந்தச் சத்தங்களையும் சமன்பாடுகளையும் விட்டுவிட்டு அப்படி ஒரு தரமான படத்தை நாம் எடுப்பதுபற்றி யோசிக்கலாம்.

⓿

2
நமது தமிழ்ப்படம்

ஒரு கலை அதுதோன்றிய நூற்றிப்பத்து வருடங்களுக்குள் வடிவத்தாலும், உள்ளடக்கத்தாலும் அனைத்துப் பரிசோதனைகளையும் சாத்தியங்களையும் முழு வீச்சில் செய்துபார்த்துத் தன் ஆளுமையால் உலகம் முழுமையும் பரிமளிக்கமுடியும் என்பதற்கான உதாரணமாகத் திரைப்படம் ஒன்றையே சொல்ல முடியும். அறிவுஜீவிகளையும் மேதைகளையும் அதேநிலையில் வெகுஜன மக்களையும் ஒரு கலை ஈர்த்திருக்கிறது எனில் அதன்காரணம் என்னவாக இருக்கமுடியும். திரைப்படம் எத்தனை பரிசோதனை உத்திகளை மேற்கொண்டாலும் அது நேரடியான படிமங்களுடன் இருக்கிறது. உதாரணத்திற்கு, கவிதை மொழிவழியாக இயங்குகிறது. அது மக்கள் பயன்படுத்தும் அன்றாட வழக்கிலிருந்து தெளிந்த மேன்மையான ஒரு மொழியைத் தேடுகிறது. ஓவியம் அன்றாடம் நாம் பார்க்கிற வண்ணங்களிலிருந்து நாம் அறியாத நிலப்பரப்பை, அல்லது ஒரு உருவச்சிதைவை, ஓவியனின் அகஉலகைப் பிரதிபலிக்கிற யதார்த்தம் சாராத ஒன்றை உருவாக்க முயல்கிறது. மக்களின் நேரடியான பயன்பாட்டிலிருக்கும் எந்த விஷயத்தையும் கலை தன்வயப்படுத்தும்போது சற்று விலகி அல்லது உயர்ந்துநின்று தன்னை வெளிப்படுத்துகிறது. இந்த விலகல் திரைப்படத்தில் நேர்வதில்லை. அப்படி நேர்ந்தாலும் அது பொதுஜனம் அடையாளப்படுத்திக் கொள்கிற எல்லைக்குள்ளேயே இயங்குகிறது. இது சற்றே நுணுக்கமானது.

இருண்மை நிரம்பிய கவிதை குறியீடுகளாலும், படிமங்களாலும் உருவாக்குகிற வெளியை அதனுடன் பரிச்சயம் இல்லாத, மொழிப்பயிற்சி இல்லாத ஒருவர் புரிந்துகொள்வது இயலாதது. ஆனால் எந்த நாட்டைச்சேர்ந்த திரைப்படம் ஆயினும் அதன்மொழி தெரியாமல் அதன் அடிப்படையான கதைக் களனை, கதையின் போக்கை நாம் புரிந்துகொள்ள முடியும். காரணம் என்னவெனில் ஒரு திரைப்படத்தின் அடிப்படையான கூறு நாம் அறிந்த மனித முகங்களாலும் நிஜவாழ்வில் நாம் பார்க்கமுடிகிற காட்சிகளாலும் ஆனது. குறிப்பாக ஒரு திரைப்படம் எத்தனை பரிசோதனைத்தன்மை மிக்கதானாலும் அது உருவங்களாலானது. எனவே அதைப்பார்க்கிற ஒரு சாதாரண மனிதன் தன்னை அதனுடன் சுய அடையாளம் கண்டுகொள்வது அனிச்சையாக நடந்து விடுகிறது. மேலும் ஒரு திரைப்படம் தன் கதைப்பரப்புக்குள் எத்தனை சுழிப்புகள் கொண்டிருந்தாலும் ஒரு தொடர்ச்சி அல்லது தொடர்ச்சியின்மை என்பது ஒரு ஒழுங்குக்குள்ளாகவே நடக்கிறது. இதை இன்னும் விரிவாகப்பார்க்கலாம்.

ஒரு திரைப்படம் தனது கதைசொல்லலில் ஒரு புதுமையான உத்தியைக்கொண்டிருந்தாலும், வெளிப்படையாக அது புரியாமல் போகும் வாய்ப்புகள் மிகக்குறைவு. ஏனெனில் ஒரு திரைப்படத்தின் மிகச்சிறிய அலகு துண்டுக்காட்சி *(shot)*. இந்த துண்டுக்காட்சிகளின் தொடர்ச்சியே ஒரு காட்சியாக *(scene)* காட்சிகளின் தொடர்ச்சி ஒரு தொகுப்பாகத் *(sequence)* தொடர்ந்து அதன் வழியே அது ஒரு திரைப்படமாக நீள்கிறது. இதில் ஏதோ ஓர் இணைப்பில் ஒரு திரைப்படம் புரியாமல் போனாலும் இன்னொரு இணைப்பில் புரிவதற்கான சாத்தியம் நிச்சயம் இருக்கிறது. உதாரணத்திற்கு மொழி, வண்ணம், இசை, மனித உருவம், மனித முகம், அவன் பார்த்த அல்லது பார்க்காத நிலவெளி, மரங்கள் மிருகங்கள் என்று பார்த்த அறிந்த உணர்ந்த பல விஷயங்கள் நேரடியாக அவனுக்கு ஒரு தெரிந்த மாதிரியான நெருக்கத்தைத் தந்துவிடுகின்றன. ஒரு திரைப்படத்தில் குழந்தைகள் மழையில் நனைகிற மாதிரி ஒரு காட்சி இருக்குமெனில் அந்தக்காட்சி ஒரு தேர்ந்த பார்வையாளருக்கு அவர்களின் மன உணர்வு சார்ந்த மகிழ்ச்சியின் வெளிப்பாடாக, அந்த மழை பின்வரப்போகிற ஒரு அழிவை இயக்குநர் பூடகமாக உணர்த்தும் குறியீடாகக்கூடத் தெரியலாம். ஆனால் சாதாரணப் பார்வையாளனுக்கு மழை

என்பதும் அதில் நனைவது சந்தோசம் என்பதும் புரியும். திரைப்பட மொழி, தன் குறியீடுகளின் வழியே நிகழ்த்தும் சாத்தியம் அவனுக்குப் புரியாமல் போகலாம். ஆனால் அவனுக்கு நிகழும் புரிதலே அவன் உணர்வு நிலைக்குப் போதுமானதாக இருக்கிறது.

திரைப்படங்களுக்கும் ஒரு சாமானியருக்கும் இடையிலான இந்த நெருக்கம் ஒரு கவிதைக்கும் ஓவியத்துக்கும் மற்ற கலைவடிவங்களுக்கும் நிகழும் சாத்தியமே இல்லை. உதாரணத்திற்கு மழை என்பது நவீன நாடகத்தில் ஒரு குறியீடு. அதனைச் சமிக்ஞை அல்லது சைகைகளின் மூலம்தான் காட்டமுடியும். சாதாரண பார்வையாளனுக்குத் தன்னைக் கற்பனையாளனாக இருத்திவைத்துப் பாவனை மழையில் நனைகிற சாத்தியம் வாய்க்காதது. ஆனால் ஒரு திரைப்படம் காட்சி முடிகிறவரை நிஜ மழையை அதன் சாரலின் சப்தத்துடன் துல்லியமாகப் பெய்யும்போது மழையில் நடக்கிற காட்சியின் தீவிரம், சூக்குமம் புரியாவிட்டாலும் மழை என்பது தெரிந்த ஒன்று. அறிவார்ந்த ரீதியில் அது அவனைத் தொந்தரவு செய்வதில்லை. எனவே ஒரு திரைப்படம் சாமான்ய மக்களுக்கும் விமர்சகனுக்கும் அவரவர் நிலைக்கேற்ப புரிதல் தருகிற ஒன்றாக மாறிவிடுகிறது.

இத்தனை எளிமையான ஊடகம், பரிசோதனைகளுக்கான அத்தனை சாத்தியங்களையும் தன்னுள் எளிதாக அனுமதிக்கிற ஒரு கலைவடிவம் நம்மொழியில் என்னவாக இருக்கிறது? தேச எல்லைகள் கடந்து விமர்சகர்களையும் அறிவார்ந்த பார்வையாளனையும் ஈர்க்காமல் மேலோட்டமான பார்வையாளனின் கைதட்டல்களுக்காக மட்டும் தயாரிக்கப்படும் ஒன்றாக ஏன் இருக்கிறது? இந்தக் கேள்வி எழுப்பும் பதில்கள் கவலையளிப்பவை. ஏனெனில் ஒரு திரைப்படம் தன் நேரடியான அணுகுமுறையை விடுத்துக் கதையை உடைத்துச் செல்வதிலும், காட்சிகளை உடைத்து அதன் திருப்பலில் ஒரு கலைடாஸ்கோப்பில் உடைந்த வளையல்கள் தரும் உருவங்கள்போல கதைக்குள், அதன் தொகுப்பில் பல மாயங்களை நிகழ்த்தும் உத்திகளும் உலகளாவிய அளவில் பலமுறை செய்து பார்க்கப்பட்டுவிட்டன. காட்சிரீதியாகச் செய்துபார்க்கப்பட்ட பரிசோதனைகளோ அளவில்லாதவை. உள்ளடக்கத்திலும் பலவிதமான சாயைகள்கொண்ட மனித

உணர்வுகள் பதிவு செய்யப்பட்டுவிட்டன. ஆனால் நம்நிலைமை பரிதாபமானது. கதையிலும் காட்சியிலும் அடிப்படையான மாற்றங்களே நிகழாத சூழலில் திரைப்படம் தோன்றிய காலத்திலிருந்து, வெளியில் என்ன நடக்கிறது என்பதற்கான எந்தச்சலனமும் இல்லாமல் அதன் எந்தச்சாயலும் தன்மேல் படிந்துவிடாமல் பரிணாமத்தில் தப்பிய உயிரினம்போல சிறகுகள் முளைக்காமல் நடந்து திரிந்து குப்பைகள் பொறுக்கும் ஒரு பறவையாகவே நம் திரைப்படம் இருக்கிறது. ஏன்?

இப்படி நிகழ்ந்ததற்கான காரணங்கள் வெளிப்படையானவை. பேசும்படம் வளர்ந்த காலத்திலிருந்து இங்கு அரசியல்ரீதியாக நிகழ்ந்த மாற்றங்கள் இரண்டு. ஒன்று சுதந்திரப் போராட்டம். இரண்டு திராவிட இயக்கங்களின் எழுச்சி. கத்தியின்றி ரத்தமின்றி நாம் வாங்கியதாக நினைக்கும் சுதந்திரமும் மேடைப்பேச்சின் மூலம் மலர்ந்த திராவிட இயக்கமும் இயல்பான மனித வாழ்வில் பேச்சின் பெருமையை உணர்த்துகிற ஒன்றாகவே அமைந்தன. காட்சிரீதியான எந்தக் கலாசார மாற்றமும் வாய்ப்பில்லாத ஒரு சூழலில் தமிழ்மனத்தில் செயலைவிடவும் எப்போதும் பேச்சு முதன்மையானது என்கிற எண்ணம் ஆழ்மனதில் இயங்கிக்கொண்டிருக்கிறது. சுதந்திரப்போராட்ட உணர்வைத்தூண்டும் வசனங்களாலும் திராவிட இயக்கத்தின் கொள்கைவிளக்க சாதனமாகவும், திரைப்படம் என்பது மேடைப்பிரச்சாரத்தின் நீட்சியாக, மேடைநாடகங்களின் பிரதியாகவே கருதப்பட்டது. இப்போது வெளியாகும் திரைப்படத்திலும் வீரவசனம் பேசும், மக்களுக்கு நல்லதைப் போதிக்கும் வசனங்கள் இருப்பதை இதன் பாதிப்பாக இன்றளவும் தொடர்கிற உதாரணமாக நாம் பார்க்கமுடியும். இதனால் தொடர்ந்து பக்கம்பக்கமாக வசனம் எழுதுகிறவர்கள் சினிமாவில் தங்கள் எழுத்து வன்மைக்காகப் புகழ்பெறத்துவங்கினர். ஒரு திரைப்படம், காட்சியைப் புறம்தள்ளி அதன் வசனத்திற்காகப் பாராட்டுப்பெறுவது பரிதாபமானது. ஆனால் இன்றும் அந்த நிலையே தொடர்கிறது.

இது ஒருபுறமிருக்க அரசியல் ரீதியாகவோ அல்லது இயற்கையின் வழியாகவோ எந்த மாற்றமும் ஏற்படாத நிலையில் வாழ்க்கை என்பது அதன் இயல்பான மந்தகதியில் தொழிநுட்ப, நுகர்வு சாதனங்களின் வழியே புறத்தில் மேம்படுகிற ஒன்றாகவே இருக்கிறது. இது ஒருபுறம் நிகழ தமிழ்மனம் எப்போதும்

துதி பாடுவதாகவும், இன்னொருபுறம் அதைச் சகித்துக் கொள்கிறதாகவும் இருந்து வந்துள்ளது. மன்னர் காலத்திலிருந்து இன்றிருக்கிற அரசியல் இயக்கங்கள்வரை தலைவர்களைப் போற்றுவதும், நடிகர்களைக் கொண்டாடுவதும் நம் மரபாகவே இருந்து வந்துள்ளது. இந்தப் பின்னணியில் வேர்கொண்டு வளர்கிற திரைப்படம் மேன்மைபொருந்திய, சாகசங்கள் நிகழ்த்தும் தலைமகனை நாயகனாகப் பார்ப்பதும் அவன்புகழ் போற்றுவதுமாக இருப்பதில் ஆச்சர்யம் ஏதுமில்லை. நடிகர்களுக்கு அரசியல்ரீதியான பொறுப்புகள் தரும் அளவுக்கு அவர்களின் திரைப்பட சாகசங்களை உண்மையென்று நம்புவதும், அரசியலில் நுழைவதற்கு திரைப்படமே ஒரு சரியான வழி என்று நம்புவதும், அப்படி ஒரு ஜனக் கூட்டத்தை நம்பவைக்கிற சாதனமாகச் சினிமாவைப் பார்த்துக் கொள்ளவேண்டிய கட்டாயமும் இங்குள்ளவர்களுக்குத் தொடர்ந்து இருந்துவந்துள்ளது. இதன் காரணமாகப் பேசும்படம் என்பது ஒரு நாயகனின் பெருமையைப் பேசும்படமாகவே இருந்து வந்துள்ளது.

இதன் இன்னொரு முக்கியமான காரணம் இங்கு திரைப்படம் இன்றுவரை பொழுதுபோக்கான சாதனமாகவே கருதப்பட்டுள்ளது என்பதும் முக்கியமான உண்மை. கலையின் மற்றெந்த வடிவங்களிலும் வணிகப்போக்குக்கு எதிராக ஒரு மாற்றுவடிவம் இருந்து வந்திருக்கிறது. இலக்கியத்தில் வெகுஜனத்திற்காக மொழியின் மூன்றாம்தரமான பயன்பாட்டுடன் எழுதுகிறவர்களும் தீவிரமான மொழிப்பிரயோகத்துடன் எழுதுகிற எழுத்தாளர்களும் சமகாலத்தில் இருந்திருக்கிறார்கள். சபா நாடகங்களுக்கு மத்தியில் முழுவீச்சோடு நவீன நாடகங்களும் இங்கு வளர்ந்திருக்கின்றன. ஆனால் திரைப்படம் மட்டும் தனக்கான மாற்று வழியே இல்லாது வெறும் வணிகச்சரக்காக நின்று விட்டது. அவ்வப்போது சில திரைப்பட மாற்று முயற்சிகள் நடந்திருந்தாலும் அவையும் வெகுஜனப் பார்வையாளனுக்கான இடமான திரையரங்கங்களையும் அதன் வழியே வரும் வசூலையும், நூறு நாட்களையும் குறிவைத்து எடுக்கப்படுகிற ஒன்றாகவே இருந்திருக்கின்றன. வண்ணப்படங்களுடன் வெளிவந்த வணிகப்பத்திரிகைகள் நடுவே கறுப்பு வெள்ளையில் கோட்டோவியங்களுடன் தனிச்சுற்றுக்கு வந்த சிறுபத்திரிகைகள் போல திரைப்படத்துறையில் ஒரு மாற்று நிகழவேயில்லை. சபாக்களையும் மேடைகளையும் புறந்தள்ளித் தெருவையும் திறந்த வெளியையும் நவீன நாடகம்

தன் களமாக மாற்றியது. அதுபோல் திரைப்படம் திரையரங்கை விட்டு வெளியேறுகிற சூழல் உருவாகவேயில்லை. நடிகர்களின் பேராதிக்கமும் படத்தயாரிப்புக்குச் செலவழிக்கப்பட்ட பெரும்பணமும் அதற்கான வாய்ப்பை உருவாகவே விடவில்லை. நடந்த யதார்த்த முயற்சிகள் யாவும் வணிக சினிமா தீர்மானித்த விதிகளுக்குள்ளாகவே நடந்தன. திரும்பத் திரும்பச் சொல்லும் உதிரிப்பூக்கள் முதலான படங்களும் திரையரங்கப் பார்வையாளனை முன்வைத்து எடுக்கப்பட்ட வணிகப்படங்களே. ஒரு நல்ல இயக்குநர் ஒரு திரைப்படத்தைத் திரையரங்கப் பார்வையாளனுக்காக ஏன் எடுக்கவேண்டும்?

எந்தத் திரைப்பட இயக்குனரும் தன் படங்களை அதிகப் பார்வையாளர்களால் பார்க்கப்படவேண்டும் என்பதையே விரும்புகிறார். ஆனால் அது திரையரங்கத்தில் கூடுகிற பார்வையாளன் என்று பொருள் படுவதில்லை. திரையரங்கில் பார்க்கிற மக்களின் எண்ணிக்கையைவிட அங்கு போய்ப்பார்க்காத, பார்க்க விரும்பாத, பார்க்க முடியாத மக்களின் எண்ணிக்கை ஒப்பிடமுடியாத அளவுக்கு அதிகமானது. அவர்களைச் சென்று சேர்வதற்கான முயற்சிகள் தமிழில் நடந்திருக்கிறதா? தமிழகத்தில் அங்கங்கே இருக்கும் திரைப்பட இயக்கங்கள் அந்த முயற்சியைச் செய்கின்றன. ஆனால் அது தீவிர இயக்கமாக எல்லா இடத்திலும் பரவுவதற்கான சூழல் ஏற்படவேயில்லை. மற்ற நிகழ்கலைகள் அனைத்தும் மக்களை நோக்கி வீதிக்கு வருகையில் திரைப்படம் மட்டும் தான் நிகழும் அரங்கத்திற்கு மக்களை அழைக்கிறது. ஏன்?

திரையரங்கைக் களமாக வைத்து இயங்கும் இந்தத் தந்திரம் சூக்குமமானது. இது ஒரு திரைப்படத்தின் மீது அரசு விதிக்கிற தணிக்கைக் கட்டுப்பாடுகளைவிட மோசமானது. நல்ல படத்தை எடுக்கலாம் என்று நினைக்கிற ஒருவர் திரையரங்கின் வழியாகவே பார்வையாளனைச் சென்றடைய வேண்டிய கட்டாயம் மறைமுகமாகத் திணிக்கப்படுகிறது. இவ்வகையில் நீங்கள் ஒரு நல்லபடம் எடுத்தாலும் அது திரையரங்கில் திரையிடப்படுவதற்கான ஒப்புதலை உரிய முதலாளிகளிடம் இருந்தே பெறவேண்டும்.

இரண்டாவது, தமிழில் திரைப்படம் என்பது முழுக்க வணிகமாகவே கருதப்படுகிறது. பெரும்பணம் முதலீடாகத் தேவைப்படும் என்ற கருத்து ஏற்படுத்தப்பட்டிருப்பதாலும்

திரையரங்கிற்கும் இந்தத் தொழில்முறைத் தயாரிப்பாளர்களுக்கும் இடையே ஒப்பந்தம் இருப்பதாலும் ஒரு நல்ல படத்தைத் தயாரிக்கவும் திரையிடுவதற்குமான வாய்ப்புகள் முடக்கிவைக்கப்படுகின்றன. ஒரு விவசாயி தன் நிலத்தில் விளைந்ததை நேரடியாக விற்பதற்கான வாய்ப்புகளில் விற்பனை மண்டிகளும் இடைத்தரகர்களும் இருப்பதைப் போலவே ஒருவர் தனக்குத் தோன்றும் கதையைத் திரைப்படமாக எடுத்தால் அதன் விற்பனைச் சாத்தியங்கள் முழுக்க இந்தத் தயாரிப்பாளர்கள் வழியே தீர்மானிக்கப்படுகின்றன. இதனால் தங்களின் வணிகச்சரக்கிலிருந்து வித்தியாசப்படும் எதுவும் விலைபோகாது எனும் மனப்போக்கு ஒரு நம்பிக்கையாக இங்கு உருவாகியிருக்கிறது. ஒருமுறை திரைப்படத் தொழிலில் முன்னணியில் இருந்த ஒரு நிறுவனம் எழுத்தாளர் ஜெயகாந்தன் எடுத்த ஒருபடத்தை மொத்தவிலைக்கு வாங்கித் திரையிடாமல் பெட்டிக்குள்ளேயே முடக்கியது. இது மாதிரியான படங்கள் ஓடினால் தாங்கள் சினிமாவுக்கென வைத்திருக்கும் கதை இலாகாவும் சமன்பாடுகளும் காலாவதியாகிவிடும் என்பதால் அது முடக்கப்பட்டது. இன்றும் உலக அளவில் எடுக்கப்படும் சிறந்த படங்களை இங்குள்ள திரையரங்கில் நாம் பார்க்க முடியாது. அதை நீங்கள் குறுந்தகடிலோ அல்லது திரைப்படவிழாக்களிலோ தான் பார்க்க முடியும். ஆனால் ஹாலிவுட்டில் வெளியாகும் ஒருபடம் அதே நாளில் நம் ஊரில் வெளியாகிறது. எப்படி?

உலகம் முழுக்க சிறந்த படங்களின் விநியோக உரிமையை நல்ல விலை கொடுத்து ஹாலிவுட்டின் முதலாளிகள் வாங்கி அதை மற்ற நாடுகளில் பரவலாகத் திரையிடுவதை முடக்குகிறார்கள். ஏனெனில் லத்தின் அமெரிக்க நாடுகளின் ஆக்ஷன் படங்களையும் ஐரோப்பிய நாடுகளின் யதார்த்தப் படங்களையும் நாம் பார்க்கப்பழகிவிட்டால் ஹாலிவுட்டின் மீது நமக்கிருக்கும் மோகம் வடிந்துவிடும். அவர்களின் வணிகம் தோற்றுப்போகும். உலக அளவில் நடக்கும் இந்தத் தந்திரம்தான் பிராந்திய மொழியான தமிழிலும் நடக்கிறது. இதற்குச் சமாதானமாக முன்வைக்கப்படும் காரணங்கள் பலவற்றில் ஒன்று தயாரிப்புச் செலவு. இரண்டாவது ஒரு படத்தின் நட்சத்திர மதிப்பு.

தமிழில் ஒருபடம் எடுக்கலாமென்று நீங்கள் நினைத்தால் உங்களிடம் இரண்டு கேள்விகள் கேட்கப்படும். ஒன்று படத்தின் பட்ஜெட் எவ்வளவு? இரண்டு யார் கதாநாயகன்? முதல்

கேள்விக்குப் பதில் ஒரு கோடிக்கும் குறைவாய் இருந்தால் ஒரு கேலிச்சிரிப்பு உதிர்க்கப்படும். இரண்டாவது கேள்விக்குப்பதில் சந்தையில் இருப்பவரல்லாமல் ஒரு புதியவரின் பெயராய் இருந்தால் உங்கள் நிறுவனத்தின் பெயர் எதுவாக இருந்தாலும் அது உப்புமா கம்பெனியாக அறியப்படும். தயாரிப்புச் செலவு குறித்த ஒரு மாயையை உருவாக்கும்போது ஒரு சாமானியர் தயாரிப்புக்குள் வராமல் பின் வாங்குகிறார். ஒரு நடிகரைச் சாராமல் நீங்கள் உங்கள் படத்தை விற்கமுடியாது என்ற நிர்பந்தம் இருக்கும்போது நிறையப் பணத்துடன் ஒரு பிரபலமான நடிகரை ஒப்பந்தம் செய்யக்கூடியவராக நீங்கள் மாறவேண்டும். அவரின் தேதிக்காக நீங்கள் ஆறுமாதமோ ஒருவருடமோ காத்திருக்க வேண்டும். அப்படிக் காத்திருந்து பெரும் செலவில் எடுக்கப்படும் படம் வெற்றிகரமாக ஓடுமா என்பதற்கும் எந்த உத்திரவாதமும் இல்லை. தயாரிப்புச் செலவு, பிரபல நடிகர்கள் இந்த இரண்டு விதிகளுக்குள் நீங்கள் பொருந்திவிட்டால் ஐந்து பாடல், மூன்று சண்டை உள்ளிட்ட, ரசிகர்கள் இதைத்தான் விரும்புகிறார்கள் எனும் சான்றிதழோடு ஒரு சமன்பாடு உங்கள் கையில் தரப்படும். இதையெல்லாம் மறுதலித்து படத்தை எடுத்து முடித்தாலும் கடைசியாக வினியோகஸ்தம், வியாபாரம் முதலான நெருப்புச்சுவர்களைக் கடந்து திரையரங்கிற்கு வருவதற்கான வாய்ப்புகள் அடைக்கப்படும். இதெல்லாம் திரைப்படத்தை நூறுசதவீதம் வியாபாரமாகவே வைத்திருப்பதற்கான தந்திரங்கள். இந்த விளையாட்டை யார் வேண்டுமானாலும் ஆடவரலாம். ஆனால் ஆட்டவிதிகள் பொதுவானவை. எனவேதான் திரைப்படத்துறையை விரும்பி வரும் பலரும் இங்கு நடப்பவற்றுடன் சமரசம் கொள்ளமுடியாமல் விலகிச்செல்கிறார்கள். அல்லது உள்ளே வரவே தயங்குகிறார்கள். தமிழில் புதுமைப்பித்தனிலிருந்து தொடர்ந்து இன்றுவரை எழுத்தாளர்கள் இத்துறைக்கு வருவதும் கசப்புணர்வுடன் விலகிச்செல்வதற்கும் காரணம் இந்த விதிகளும் சமன்பாடுகளும்தான்.

ஆனால் இதற்கெல்லாம் மாறாக உலகின் நல்ல படங்களில் பல, எழுத்தாளர்களின் பங்களிப்போடு பத்து லட்சத்திலும் இருபது லட்சத்திலும் அதற்கும் குறைவான பணமுதலீட்டிலும் எடுக்கப்பட்டவை. செலவழித்த பணத்தைவிடவும் தயாரிப்பாளருக்கு அதிகம் பணம் சம்பாதித்துக் கொடுத்தவை. அதுபோல் இந்த நல்லபடங்கள் எதுவும் கைதட்டுவதற்காகவும்

விசிலடிப்பதற்காகவும் குறிப்பாகத் திரையரங்கை உத்தேசித்தும் எடுக்கப்படுகிற படங்கள் அல்ல. ஆனால் தமிழில் நாம் நல்லபடங்கள் என்று கருதுகிற படங்கள் அனைத்தும் திரையரங்கிற்காக எடுக்கப்பட்டவை. எழுபதுகளில் குறிப்பிடத் தகுந்த இயக்குநர்களால் இந்த நல்ல முயற்சிகள் எடுக்கப்பட்டாலும் அவை கட்டட இடுக்குகளில் வளர்கிற ஆலஞ்செடிகள் போல தமக்கேயுரிய பிரமாண்டத்தை அடையமுடியாமல் போயின. ஒரு காத்திரமான தொடர்ச்சியை ஏற்படுத்தமுடியவில்லை. ஒரு நல்லபடம் வந்து ஓடும்போது மக்களின் ரசனையில் மாற்றம் நிகழ்ந்துவிட்டது என்று நாம் மகிழ்ச்சி அடையுமுன் மோசமான வணிகப்படமும் வெற்றிகரமாக ஓடத்துவங்கும். தமிழ்த்திரைப்பட வரலாற்றில் இதுவரை வந்த நல்லபடங்கள் என்று ஓர் இருபது படத்தை நாம் யோசித்துச் சொல்லமுடியும். ஆனால் இந்த இருபது என்பது இதுவரை வெளியான ஆயிரக்கணக்கான தமிழ்த் திரைப்படங்களின் எண்ணிக்கையில் எத்தனை சதவீதம்?

தமிழில் மாற்றுசினிமா வராமல் இருப்பதற்கான பல காரணங்களில் முக்கியமானதாக இந்தத் திரையரங்கங்களின் பின்னிருக்கும் தந்திரத்தைச் சொல்லலாம். ஆனால் திரைப்படங்களுக்கு உலகளாவிய ஒரு சந்தை இருப்பதும் அது நாம் ஒரு படத்தை நூறு மையங்களில் இருநூறு நாட்கள் ஓட்டுவதைவிட லாபகரமானது என்பதும் இங்கிருக்கும் பலருக்கும் தெரிவதில்லை. தெரிந்தாலும் அதை முயற்சித்துப் பார்க்கிற தயாரிப்பாளர்களும் இயக்குனர்களும் இல்லை. எனவே திரையரங்கைக் கடந்த ஒரு திரைப்படத்தை நாம் உருவாக்குவது குறித்து யோசிக்காத வரையில் மாற்றுசினிமா என்பது சிறுபத்திரிகையின் கட்டுரைக்கான விஷயமாகவே இருக்கமுடியும்.

திரையரங்க அரசியலைக் கடந்து தமிழ்சினிமாவின் நோய்க்கூறுகளில் முக்கியமானதாக இருப்பது அதன் கதாநாயக சித்தரிப்பு. நிஜ வாழ்வில் நம்பமுடியாத சாகசங்கள் நடத்தும் நாயகன் (Hero) என்று யாராவது இருக்கிறார்களா? அது ஏன் அவசியப்படுகிறது? இது விரிவாக ஆய்வு செய்யப்பட வேண்டிய விஷயம். மேலும் திரைப்படம் என்பது சாமான்யர் அணுகமுடியாததன் காரணமாக நம்முன் தடையாக இருப்பது அதன் தயாரிப்புச் செலவு எனில் அந்தத் தயாரிப்புச்செலவு என்பது பெரிதும் அதன் கதாநாயக மதிப்பைச்சார்ந்தது. ஒரு படத்தின் தயாரிப்புச் செலவில் அறுபது சதவீதம் அதன்

நாயகனுக்குச் சம்பளமாகத் தரப்படுகிறது. எனவே இந்த நாயகன் என்ற அம்சத்தைத் திரைப்படத்திலிருந்து நீக்குவது என்பது மாற்று சினிமாவின் அத்தியாவசியமாகிறது. இது சாத்தியமா என்று கேட்டால் உலகம் முழுதும் இருக்கிற - ஹாலிவுட் தவிர்த்த - யதார்த்தப் படங்களை உதாரணமாகக் காட்டமுடியும். யாருடைய நோக்கிலிருந்து கதை சொல்லப்படுகிறதோ அவனே கதையின் மையமாக இருக்கிறான். கதை ஒரு நேர்கோட்டில் இயங்கவேண்டும் என்பதற்காக அதுவும் அவசியப்படுகிறதே தவிர அந்த மையப்பாத்திரம் பறந்து சண்டைபோடுகிற நாயகனாக, சாகசம் நிரம்பியவனாக இருக்கவேண்டிய எந்த அவசியமும் இல்லை.

இந்தச் சாகச நாயகர்களை நாம் கதையிலிருந்து தவிர்த்துவிடும் போது தயாரிப்புச்செலவு அறுபது சதவீதம் குறைகிறது. மீதமுள்ள நாற்பது சதவீதம் குறித்து யோசிக்கும்போது நாம் கணக்கிலெடுத்துக் கொள்ளவேண்டிய முக்கியமான அம்சம் நம் படங்களின் கால அளவு. நம் தமிழ்ப்படங்களின் கால அளவு ஏறத்தாழ 150 நிமிடங்கள். உலகம் முழுக்க - நாம் பெரிதும் பின்பற்றும் ஹாலிவுட் சினிமாவிலும் 90 நிமிடங்களே படத்தின் கால அளவாக இருக்கிறது. கதையின் தேவையைப் பொறுத்து இது சில சமயம் கூடுகிறது. ஆனால் நம் திரைப்படத்தின் கதை எதுவாக இருந்தாலும் அதன் கால அளவு மாறுவதில்லை. இந்தக் கால அளவுக்குள் ஏறத்தாழ பதினான்காயிரம் அடிகள்வரை படம் எடுக்க வேண்டியிருப்பதால் கதைக்குள் சில போலியான நீட்டிப்பு வேலைகள் அவசியப்படுகின்றன.

இந்தக் கால அளவை முன்வைத்துத் திரைப்படத்தின் கட்டமைப்பை அதன் சமன்பாடுகளின் வழியாகக் கொஞ்சம் ஆய்ந்து பார்க்கலாம். ஒரு திரைப்படத்தின் கால அளவு 150 நிமிடங்கள். நமக்கு ஐந்து பாடல்கள் அவசியப்படுகின்றன. ஒரு பாடலின் கால அளவு ஏறத்தாழ ஐந்து நிமிடங்கள். எனவே பாடல்களுக்கான மொத்தநேரம் 25 நிமிடங்கள். மேலும் படத்தில் நினைத்த இடத்தில் ஒரு பாடலை இணைத்துவிடமுடியாது. அந்தப் பாடலுக்கான சூழல் கனிந்து வருவது மாதிரி பாடலுக்கு முன் ஒருகாட்சி அவசியப்படுகிறது. இது பின்னால் வரப்போகிற பாடலை உத்தேசித்து வலிந்து ஆனால் இயல்பானதுபோல வைக்கப்படும் காட்சி. ஐந்து பாடல்களுக்கும் ஐந்து முன் காட்சிகள். ஒரு காட்சி ஏறத்தாழ இரண்டு நிமிடம். ஐந்து

பாடல்களுக்கான முன்காட்சிகளின் (*song lead*) நேரம் 10 நிமிடங்கள். இது தவிர சண்டைக்காட்சி. குறைந்த பட்சம் மூன்று சண்டைக் காட்சிகள். ஒரு சண்டை ஐந்து நிமிடம். மொத்தம் 15 நிமிடங்கள். சண்டையையும் நினைத்த இடத்தில் துவங்கிவிட முடியாது. அதற்கான சூழலை உருவாக்க வேண்டும். ரௌடிகளால் ஏழைகள் வீடு காலிசெய்யப்படுவது, கதாநாயகி அல்லது அவளது தோழி மானபங்கப்படுவது; இதுமாதிரியான முன்காட்சிகளுக்கு மொத்தம் 10 நிமிடங்கள். பிறகு நகைச்சுவைக்கென தனிக்காட்சிகள், படத்தின் முதல்பாதியில் இரண்டு. பின்பாதியில் இரண்டு. மொத்தம் 10 நிமிடங்கள். 25+10+15++10+10=70 நிமிடங்கள். இந்த எழுபது நிமிடங்கள் யதார்த்தத்துக்கு மட்டுமல்ல கதைக்கே கொஞ்சமும் சம்பந்தம் இல்லாதவை. மொத்தமுள்ள 150 நிமிடங்களில் 70 நிமிடங்கள் இது மாதிரியான கூத்தடிப்புகளில் போய்விட மீதமுள்ள 80 நிமிடத்தில் இயக்குநர் கதைசொல்ல வேண்டும்.

இதில் முக்கியமான இன்னொரு தடையும் இருக்கிறது. இடைவேளை. கதை முன்பாதி பின்பாதி என்று பிரிப்பதால் முன் பாதிக்கதையை முடிப்பதற்காக ஓர் அவசரத்திருப்பம் அல்லது கதையில் ஒரு முடிச்சு ஏற்படுத்தவேண்டியிருக்கிறது. இந்த அவசரத் திருப்பத்தை உத்தேசித்துக் கதையை நகர்த்த வேண்டியிருக்கிறது. மேற்சொன்ன 80 நிமிடங்களில் நாயகன் - நாயகி - வில்லன் தனித்தனியே அறிமுகமாகும் காட்சிகள், பிறகு மூவரும் ஒருவருக்கொருவர் அறிமுகமாகும் காட்சிகள், காதல் வரும் காட்சி, காதலுக்குத் தடை வரும்காட்சி என இன்னும் பகுத்துப்பார்த்தால் தமிழ் சினிமாவின் கட்டமைப்பு மேலும் இளகிவிடுகிறது. இந்த அம்சங்கள் படத்தின் வியாபாரத்துக்கும் திரையரங்கிற்கும் அவசியம். இந்தச் சமன்பாட்டுக்குள் ஒரு நல்ல படத்தை எப்படி எடுக்கமுடியும்? மேலும் ஒரு படத்தின் நேரமான 150 நிமிடத்தில் இயக்குநருக்கான நேரம் இந்த 80 நிமிடங்கள்தான். ஏனெனில் பாடல் காட்சிகளை நடன இயக்குநரும், சண்டைக் காட்சியை அதற்கான சண்டை இயக்குநரும் இயக்குகிறார்கள். நகைச்சுவை தனியாக ஒருவரால் எழுதித்தரப்படுகிறது. இதில் நடிக்கும் முக்கிய நகைச்சுவை நடிகரே தன் முகச்சுளிப்பிற்கும் உடல் அசைவிற்குமான மறைமுக இயக்குநராய் இருக்கிறார். எனவே ஒரு படத்தின் இயக்குநர் அதன் ஐம்பது சதவீதத்தை மற்றவருக்குத் தருகிறார். இதில் எதுவேண்டும் எது வேண்டாம் என்று ஒருங்கிணைக்கிற

விருப்பம் மட்டுமே இயக்குநரைச் சார்ந்தது. இந்த விஷயங்கள் யாவும் ஒரு இயக்குநரின் ஆளுமைக்கு அப்பாற்பட்டவை. பிறகு எப்படி ஒரு திரைப்படம் இயக்குநரின் ஆளுமையால் உருவாக்கப்பட்டதாக அவரையே அந்தப் படத்தின் முழுமையான ஆசிரியராகக் கருதமுடியும்.? இதற்கு இது ஒரு கூட்டுக்கலை எனும் சமாதானமே பதிலாகச் சொல்லப்படும். ஒரு படத்தில் ஓர் இசை அமைப்பாளர், ஒளிப்பதிவாளர், கலை இயக்குநர், திரைக்கதை ஆசிரியர், படத்தொகுப்பாளர் இவர்களின் பங்களிப்பே கூட்டு முயற்சியாகக் கருதப்படும். இடுப்பை வலிக்கும் நடனமும் பறந்து மிதிக்கும் சண்டையும் கதைக்குச் சம்பந்தம் இல்லாத உபரிகளும் எப்படிக் கலையாக மாறமுடியும்? ஒரு இயக்குநர் தான் எளிமையாகச் சொல்ல விரும்பும் கதையில் கமர்ஷியல் எனும் வியாபாரத் தேவை கருதிச்செய்யப்பட்ட சமன்பாடுகள் ஐம்பது சதவீதம் கதைக்குச் சம்பந்தம் இல்லாத விஷயங்களைக் கலக்க வைக்கின்றன. இதன் வழியே கதை சொல்லும்போது எப்படி ஒரு நல்ல படத்தை எடுக்கமுடியும்? எனவேதான் இங்கு பெரும்பாலான படங்கள் இயக்குநரின் பெயரால் அறியப்படாமல் அதில் நடிக்கும் நடிகர்களின் பெயரால் அறியப்படுகின்றன.

வழங்கப்பட்ட நேரத்தில் ஏறத்தாழ பாதிக்கு இணையான நேரத்தைக் கதையை விட்டு விலகிச்செல்லும் ஒரு திரைப்படத்தில் நல்லது எப்படி உருவாகமுடியும்? இந்தச் சமன்பாட்டுக்குள் ஐந்து பாடல்கள் எப்படியிருக்க வேண்டும், சண்டையில் எப்படி வித்தியாசம் காட்டவேண்டும் என்பது மாற்றமுடியாத சமன்பாட்டு விதிகளாகச் சினிமாவின் தசையோடு பொருந்திப் போயிருக்கின்றன. அவை மேலும் விவாதிக்க வேண்டியவை. இதையும் மீறி தமிழில் நாம் நல்ல படங்கள் என்று வகைப்படுத்துபவை இந்தச் சமன் பாட்டுக்குள் பெரிதும் பொருந்தி எடுக்கப்பட்டவை. எத்தனை புதிது என்றாலும் அவை இந்தச் சூழலில் மலர்ந்தவை என்பதை நாம் மறந்துவிடக்கூடாது. இதிலிருந்து மீறிய முயற்சிகளில் முக்கியமானவை என பாலுமகேந்திராவின் வீடு மற்றும் சந்தியா ராகம் என்ற இரண்டு படங்களையும் சொல்லலாம்.

இந்தநிலையில் நல்லபடங்கள் என்று அழைக்கப்படும் அயல்மொழிப் படங்களை, உலகம்முழுக்க வணிகத்தில் முதலிடம் வகிக்கிற ஹாலிவுட் படங்களை எடுத்துக் கொண்டாலும் அவை

எடுத்துக்கொண்ட பிரச்சினையை மட்டுமே தங்கள் கால அளவுக்குள் பேசுகின்றன. நகைச்சுவை, காதல், சண்டை, இசை, நடனம் முதலான எதுவானாலும் அதைமட்டுமே தனிப்படமாக எடுக்கிறார்கள். நம்மைப்போல எல்லாவற்றுக்கும் தனித்தனியே இருபது நிமிடங்களை ஒரே படத்துக்குள் ஒதுக்குவதில்லை.

இதைக் காரணமாக வைத்துத் தயாரிப்புச் செலவைக் கவனிக்கும்போது ஒரு படத்தில் தேவையற்ற 70 நிமிடங்களுக்கான செலவு ஏறத்தாழ ஐம்பது சதவீதம். ஏனெனில் ஒரு படத்தில் பாட்டுக்காவும் சண்டைக்காவும் செலவழிக்கப்படும் பணம் அதன் காட்சிகளுக்குச் செலவழிப்பதைவிட கணிசமான அளவு அதிகம். இந்தத் தேவையற்ற செலவுகளைக் குறைத்துவிட்டால் தயாரிப்புச்செலவு சில லட்சங்களாக மாறும். மேலும் இதுமாதிரியான படங்களைத் தொடர்ந்து எடுத்துவருவதால் மக்களின் பொழுது போக்கு நுகர்விலும் ஒருசலிப்பு ஏற்படத்துவங்கிவிட்டது. இதற்கு இந்த வருடத்தில் வெளியான பெரிய நடிகர்களின் தோல்விப்படங்களே உதாரணம்.

பொதுவாகவே திரையரங்கிற்குச் சென்று படம் பார்க்கிற கலாச்சாரம் குறைந்துவருகிறது என்பதைச் சமீபகால பத்திரிகைச்செய்திகளும் மூடப்படும் திரையரங்கங்களும் உறுதி செய்கின்றன. தொலைக்காட்சியின் வருகை ஒரு பலமான காரணமாக இருந்தாலும் நல்ல படங்கள் வருவது குறைந்ததும் நம் படங்களின் சலிப்பூட்டும் உள்ளடக்கமும் ஒரு காரணமெனச் சொல்லலாம். கதையின் பின்புலம், சூழல் மாறினாலும் கதையின் அடிப்படை காதல், மற்றும் வன்முறை சார்ந்ததாகவே இருக்கிறது. தொடர்ந்து பருவம் கடந்த கதாநாயகர்கள் காதலிப்பதும் தன் உருவத்துக்குப் பொருந்தாத பலசாலியாக அவர் சித்திரிக்கப்படுவதும் கொலைகளும் வன்முறையும் எத்தனை நாளைக்குச் சுவாரசியமாக இருக்கமுடியும்? இந்தச் சூழலில் ஒரு திரைப்படம் தன் பார்வையாளனாக யாரைக் கருதுகிறது?

எல்லாப்படங்களும் கல்லூரி மாணவர்களைக் குறிவைத்தே எடுக்கப்படுகின்றன. புராணப்படங்களும் பக்திப்படங்களும் எடுக்கப்படுவது நின்றதன் பிறகு ஐம்பது வயதுக்கு மேற்பட்டவர்கள் திரையரங்கிற்கு வருவதற்கான தேவை இல்லாமல் போய்விட்டது. குடும்ப உறவுகள் சார்ந்த கதைப் படங்கள் வருவது குறைந்ததும் பெண்களின் கணிசமான வருகை

குறைந்தது. இந்தச் சமயத்தில் தொலைக்காட்சி இவர்களைத் தன் பார்வையாளராகப் பெற்றது. மீதமிருக்கும் மாணவப் பருவத்தினருக்குத் திரையரங்கம் என்பது வகுப்பறை, வீடு இரண்டின் கட்டுப்பாட்டுக்கும் எதிரான சுதந்திரம் தருவதால் அவர்களுக்குப் பிடித்த இடமாக இருக்கிறது. எனவே இந்தப் பருவத்தினரைக் கவர்கிற ஒன்றாகவே திரைப்படத்தின் உள்ளடக்கமும் சுருங்கிவிடுகிறது. மேலும் இந்த மாணவனின் மனம் முழுக்க நகரம் சார்ந்ததாக இருப்பதால் சமீபகாலமாகக் கிராமத்துப் படங்கள் வழக்கொழிந்து விட்டதற்கான காரணமாகவும் இதைநாம் உணர முடியும். பெரிதும் மாணவர்களை நம்பி எடுக்கப்படுவதால் புறநகரங்களிலும் சிற்றூர்களிலும் பொதுமக்களுக்கான தேவையைப் பூர்த்தி செய்யாத திரையரங்கம் மூடப்படுகிறது.

இவ்வாறு காதல் சார்ந்து திரைப்படத்தின் உள்ளடக்கம் சுருங்கி வரும் சூழலில் அதன் கட்டமைப்பை மேலும் நுணுகிப்பார்க்கும்போது அதன் வடிவத்தில் தேவையற்ற இணைப்பாகப் பாடல்கள் இருந்து வருவதைத் திரையரங்கில் படம் பார்க்கிற யாரும் உணரமுடியும். சமீபகாலமாகப் பாடல்களை அடிக்கடி ஒலிபரப்பும் தொலைக்காட்சி அலைவரிசைகள் வந்தபிறகு திரையரங்கில் பாடல்களின் இடம் என்பது கேள்விக்குறியாகிவருகிறது. ஒரு பாடல்காட்சியை இடைவேளையாகப் பாவித்து எழுந்து செல்வதும், பக்கத்து இருக்கை நண்பரிடம் பேசுவதுமாகப் பாடல்காட்சியின்போது திரையரங்கில் பார்வையாளர்களின் கவனம் சிதறி ஒரு சலசலப்பு நிலவுவதை நாம் கண்கூடாகப் பார்க்கலாம். ஏனெனில் பாடல் காட்சி, கதையோடு சம்பந்தம் இல்லாத ஒன்றாக இருப்பதால் பாடலைக் கவனிக்காது இருந்தாலும் அது முடிந்த பிறகு வந்து படம் பார்த்தாலும் கதையில் பெரிய மாற்றம் ஒன்றும் நிகழ்ந்துவிடப் போவதில்லை. எனவே ஒரு இயக்குநருக்கு கதை சொல்வதைவிடவும் இத்தகைய பாடல் காட்சியில் பார்வையாளனை இருக்கையிலிருந்து எழாமல் வைத்திருப்பது என்பது மிகுந்த சவாலாகவே இருக்கிறது. இதனால் வெளிநாட்டுக்குச் சென்று படம்பிடிப்பதும் கிராபிக்ஸ் உத்திகளும் வக்கிரமான உடல் அசைவுகளும் பெரிய திரையில் பார்க்கும்போது பிரமிக்கவைக்கும் அனுபவத்தைத் தருவதற்காக அத்தனை தந்திரங்களும் கையாளப்படுகின்றன.

ஆனாலும் பாடல் என்பது கதைக்கு உதவாத சரக்கு என்பதும் வீட்டில் ஒரு நாளைக்குப் பத்துத் தடவை அந்தப் பாடலைத் தொலைக்காட்சியில் பார்க்கமுடியும் என்பதும் ஒருவிதமான அலட்சியத்தை ஏற்படுத்தி விடுகிறது. தொழில்நுட்பம் பெருக பெருக பாடல்களுக்கான சந்தை மதிப்பும் ஒருபக்கம் குறைந்துகொண்டே வருகிறது. எம்.பி3 என்ற தொழிநுட்பமும் பண்பலை வானொலிகளும் வருகிற வரை ஒரு படத்தின் பாடல்களுக்கான ஆடியோ விற்பனை உரிமை கோடிகளில் இருந்தது. இப்போது பாடல்களுக்கான விற்பனை உரிமை என்பது பொருட்படுத்த முடியாத இலக்கங்களாகக் குறைந்து விட்டது. திரையரங்கிற்கு வெளியிலும் ஒரு பாடலைக் கேட்கவும் பார்க்கவும் முடிவதால் ஒரு படத்தை விளம்பரப்படுத்தும் சாதனமாகப் பாடல்களே பயன்படுகின்றன. அதைத் தவிர பாடலின் பயன்பாடு என்பது சொற்பம். மேலும் பாடல், கதையின் தொடர்ச்சிக்கு அது ஒரு மறைமுகமான தடையாகவும் இருக்கிறது. இவ்வாறு திரையரங்கில் பாடல்களின் இருப்பு கேள்விக்குறியதாக மாறும் ஒரு சூழலில் இந்தப் பாடல்களைக் குறித்து ஒரு முடிவு எடுக்கவேண்டிய கட்டாயம் நல்லபடம் எடுக்கலாம் என யோசிக்கிற ஒவ்வொரு இயக்குநருக்கும் இருக்கிறது. அப்படிப் பாடல்கள் வேண்டும் என்ற கட்டாயத்தில் அதன் விளம்பர நோக்கம் கருதிப் படத்திற்கான பாடல்களை எடுத்தால் அதைப் படத்தில் சேர்க்காமல் நேரடியாகத் தொலைக்காட்சிக்குக் கொடுத்துவிடலாம். அல்லது உடனடியாகக் குறைக்க முடியாது என்று விரும்பும் பட்சத்தில் இரண்டு பாடலை மட்டும் படத்தில் வைக்கலாம். துவக்கத்தில் நூறுபாடல்கள் இருந்த சிவகவி, ஔவையார் முதலான படங்களிலிருந்து ஐந்தாகக் குறைந்துவிட்ட பாடல்களை இரண்டாகக் குறைப்பதால் ஒன்றும் நிகழ்ந்துவிடப் போவதில்லை.

சமீபகாலமாகத் தமிழ்ப்படங்களை விருதுக்கு அனுப்பும் ஒரு பழக்கம் தோன்றியிருக்கிறது. இவ்வாறு அனுப்பலாம் என்று முடிவு செய்தவுடன் எல்லோரும் செய்கிற முதல்வேலை படத்திலிருக்கும் பாடல்களை நீக்குவதுதான். சர்வதேசப் படங்கள் பார்க்கக் கிடைக்கிற இந்தச் சூழலில் பாடல் என்பது ஒரு நல்ல இயக்குநருக்கு ஒருவிதமான தாழ்வுணர்ச்சியைத் தருகிற ஒன்றாகவே இருக்கிறது. இந்தப் பாடல்களைப் படத்திலிருந்து நீக்கிப் பார்த்தால் தமிழ்த் திரைப்படத்தின் வடிவமே கச்சிதமான ஒன்றாக மாறி விடுகிறது. எனவே பாடல்கள் இல்லாத படத்தை

நாம் தீவிரமாக யோசித்துப் பார்க்கலாம். மேலும் படத்தின் கால அளவு 90 நிமிடங்களாகக் குறைந்துவிடும்போது முன்பாதி, பின்பாதி எனும் இடைவேளை இல்லாத திரைப்படத்தைக் கற்பனை செய்து பார்ப்பது என்பதும் எதிர்காலத்தில் தரமான சினிமாவைக் கனவு காண்கிற எல்லோருக்குமான வழியாக இருக்க முடியும்.

சாகசம் நிரம்பிய நாயகனைத் தவிர்த்துவிடும் திரைப்படம் தன்செலவில் அறுபது சதவீதத்தைக் குறைக்கிறது. மீதமுள்ள நாற்பது சதவீதத்திலும் பாடல்கள், சண்டைகள் தவிர்க்கப்படும்போது செலவு இன்னும் ஐம்பது சதவீதம் குறைகிறது. செலவு குறையும்போது தனிநபர்களே தயாரிப்பாளராக முடியும். நண்பர்கள் சேர்ந்து கூட்டுத்தயாரிப்பாகப் படங்கள் இயக்கவும் விடியோ தொழில்நுட்பம் வந்துவிட்ட சூழலில் சில ஆயிரங்களிலேயே நல்ல படத்தை எடுக்கவும் முடியும். இப்படி எடுக்கப்படும் படத்திற்கான விற்பனை வாய்ப்புகள் என்ன என்று எழும் கேள்விக்குத் திரைப்பட இயக்கங்களின் திரையிடல்களையும் உலகம் முழுக்க நடக்கும் திரைப்பட விழாக்களையும் கணிசமான விலைக்கு வாங்கிக் கொள்கிற தொலைக்காட்சிகளையும் வெளிநாட்டு உரிமைகளையும் பதிலாகச் சொல்லமுடியும். ஒரு திரைப்படத்தின் செலவு முப்பது லட்சமெனில் அதை இவ்வகையில் நல்ல லாபத்துடன் ஈட்டுவது என்பது மிகவும் சுலபமானது.

அப்படி ஒரு 90 நிமிடத் தமிழ்ப் படத்தை நாம் தயாரிக்கமுடிந்தால் அப்போது தான் அரிதாரம் கலைந்த நம் முகங்களின் சுயம் வெளிப்படும். தேவையற்ற காட்சிகளைத் தவிர்த்துக் கதையை மட்டுமே அழுத்தமாகச் சொல்ல வேண்டிய நிர்பந்தம் இயக்குநருக்கு ஏற்படும். இதன் மூலம் திரையரங்கைப் புறக்கணித்து, வணிக சாத்தியங்களை முன்வைத்து உலகம் முழுக்கப் பெருகி வரும் திரைப்படவிழாக்களில் கலந்துகொள்கிற தேவையும் அவசியமும் ஏற்படும். அப்போது தரத்தில், அங்கு வருகிற படங்களுக்கு இணையாக நம் படங்களை எடுக்கவேண்டிய கட்டாயம் இயல்பாகவே ஏற்படும்.

திரையரங்கங்களை ஒதுக்கி நமக்கான திரைவெளியை நாம் உருவாக்கும்போது, அவ்விதமான படங்கள் எண்ணிக்கையிலும், தரத்திலும் பெருகும்போது இங்குள்ள திரையரங்கங்கள் அந்தப் படங்களைத் தாமாகவே திரையிட முன்வரும்.

அதை நாம் உபரியான வருமானமாகவும் ஓர் அமைப்பு சார்ந்த அங்கீகாரமாகவும் கருதலாம். இதற்கும் முன்மாதிரி நம் நாட்டிலேயே நடந்திருக்கிறது. சத்யஜித்ரேயின் பதேர் பாஞ்சாலி முதன் முறையாகக் கல்கத்தா நகரின் திரையரங்கில் திரையிடப்பட்டபோது பெரும் தோல்வியைச் சந்தித்தது. திரையரங்க முதலாளிகள் படப்பெட்டியை ஒரு வாரத்தில் திருப்பி அனுப்பினார்கள். அதே படம் அந்த ஆண்டில் பிரான்ஸில் நடந்த கான் திரைப்பட விழாவில் சிறந்த படத்திற்கான விருதைப்பெற்று உலகம் முழுக்க விமர்சகர்கள் அந்தப்படத்தைத் தூக்கிப்பிடித்த சூழலில், அதே படத்தைத் திரையிடவேண்டிய கட்டாயம் திரையரங்குகளுக்கு ஏற்பட்டது. திரும்பவும் கல்கத்தாவில் திரையிடப்பட்டு சாதாரண மக்களால் பெரிதும் விரும்பிப் பார்க்கப்பட்டு நல்ல வசூலைக் குவித்தது. முன்பு ஓடாது என்று திருப்பி அனுப்பப்பட்ட படம் பிறகு எப்படி மக்கள் ரசிக்கிற ஒன்றாக மாறுகிறது? சமீபத்தில் மும்பையில் வணிகவளாகத்துடன் கூடிய ஒரு திரையரங்கம் ஆனந்த்பட்டவர்த்தனின் ஆவணப் படத்தைத் திரையரங்கில் கட்டணத்துடன் திரையிட்டது. இதை முன்னுதாரணமாக வைத்துப்பார்க்கும்போது எப்போதும் மக்களின் ஆதரவையும் உயர்ந்த அங்கீகாரங்களையும் பெறும் எதையும் இந்த வணிக அமைப்புகளால் புறக்கணிக்கமுடிவதில்லை.

எனவே அதுமாதிரியான முயற்சிகளை, தொடர்ந்த தயாரிப்பின் மூலம் ஒரு இயக்கமாகச் செய்கிறபோது இந்த வணிகப்படங்களின் போக்கை நாம் பொருட்படுத்தவே தேவையில்லை. இந்த நிமிடம் வரை தமிழ்சினிமா என்பது இங்கு திரையரங்கங்களில் ஓடும் படங்களையே குறிப்பதாக இருக்கிறது. ஆய்வு செய்வதற்கும் நம்மிடம் இருப்பது இந்த வணிகப்படங்களும் அதில் கொஞ்சம் விலகி யோசிக்கிற இயக்குநர்களும்தான். இது நம் போதாமையையே காட்டுகிறது. உதாணத்திற்கு தமிழ்க்கதைகளைப் பற்றி ஆய்வு செய்ய வரும் ஒருவர் வெகுஜனப் பத்திரிகைகளில் வரும் புகழ் படைத்த பிரபலமான எழுத்தாளர்களின் சிறுகதைகளையும் தொடர்கதைகளையும் பொருட்படுத்துவதேயில்லை. மிகச்சொற்பமான மக்களால் அறியப்பட்டாலும் தீவிரமான எழுத்தாளர்களின் படைப்பையே அவர் தேடுவார். அதிகப் பேரால் அறியப்படுவதோ, தொடர்ந்து இயங்குவதோ முக்கியமே இல்லை. படைப்புரீதியான தீவிரத்தோடு என்ன நடந்திருக்கிறது என்பதுதான் முக்கியமானது.

ஆனால் திரைப்படத்துறையில் நடப்பது என்ன? நாம் ஆய்வு செய்வதெல்லாம் வெகுஜன திரைப்படத்தையும் அதன் போக்கையும்தான். இன்னும் நூறு வருடங்கள் ஆனாலும் திரையரங்கை நம்பி எடுக்கப்படும் இந்த வணிக சினிமாவில் பெரிய மாற்றமோ, சர்வதேசத் தரமுள்ள இயக்குநர்களோ ஒருபோதும் உருவாவதற்கான வாய்ப்புகள் இல்லை. தன் வனம் விட்டு வந்த யானை தன்பலம் தெரியாமல் துதிக்கை நீட்டி தெருவோரம் யாசகம் பெறுவதைப்போல இந்த வணிக சினிமாவுக்குள் இருக்கிறவரை எந்த நல்ல இயக்குநருக்கும் தன் படைப்பின் உச்சத்தை எட்டுகிற வாய்ப்பும் இல்லை.

இதுவரையிலான தமிழ்சினிமாவின் வளர்ச்சி என்பது இவ்வகையான வணிக சினிமாவையே குறிக்கும் எனும்போது அதைதொடர்ந்து விவாதிப்பதும் ஆய்வு செய்வதும் ரசனை சார்ந்து எந்த மாறுதலையும் ஏற்படுத்தப்போவதில்லை. தொடர்ந்து போலியான ஒன்றை உரசிப்பார்ப்பதும் அது போலி என்று ஒத்துக்கொள்வதும் சிலசமயம் அதனுள்ளிருக்கும் நல்ல விஷயங்களைச் சிலாகிப்பதும் வியர்த்தமானது.

இந்த நிலையில் நல்லசினிமா குறித்த அறிமுகமும் அது சாதாரண மக்களைச்சென்று அடைய வேண்டிய நடைமுறையில் சாத்தியமான வழிகளையும் நாம் உருவாக்கவேண்டியது அவசியம். அதைத் திரைப்பட இயக்கங்களின் திரையிடல்களாலும் உலகெங்கும் உள்ள நல்லபடங்களின் குறுந்தகடுகளை எல்லோருக்கும் பார்க்கக்கிடைக்கும் வகையில் பரவலாக்குவதன் மூலமும் சாதியமாக்கலாம். சமீபகாலமாகச் சிற்றூர்களிலிருந்து எடுக்கப்படும் குறும்படங்களும் ஆவணப்படங்களும் சென்னையின் திரைப்படத் தொழிற்சாலையின் தயவு தேவைப்படாத நிலையை ஏற்படுத்தியிருக்கின்றன. பெரும் தொழிற் சாலையைப் பொருட்படுத்தாது தங்கள் ஊரிலேயே ஒரு படத்தைத் தயாரிக்கமுடியும் என்பதன் பின்னிருக்கும் நம்பிக்கை அசாத்தியமானது. தொழில்நுட்பம் அந்த அளவுக்கு வளர்ந்துவிட்ட நிலையில் மாற்றுசினிமா குறித்து நாம் கனவு காண்கிற அனைத்து அம்சங்களையும் இத்தகைய குறும்படங்கள் கொண்டிருக்கின்றன. சாகசநாயகன், பாடல், சண்டை முதலான வழக்கமான அம்சங்களைப் புறக்கணிப்பதோடு திரையரங்குகளையும் இது புறக்கணிக்கிறது. எந்தக் குறும்படமும் ஆவணப்படமும் திரையரங்குக்காக எடுக்கப்படுவதில்லை.

இத்தகைய முயற்சிகளை ஊக்கப்படுத்திச் சரியான திசையில் வளர்த்தெடுக்கும்போது இந்த வணிகசினிமாவுக்கு எதிரான ஒரு காட்சிக் கலாசாரத்தை நாம் ஏற்படுத்த முடியும். சிறந்த எழுத்தாளர்களின் படைப்புகளைத் திரைக்கதையாக மாற்றுவதும் சிறந்த நுட்பம் தெரிந்தவர்களைக்கொண்டு அதைத் திரைப்படம் ஆக்குவதும் இதன் அடுத்தக்கட்ட வளர்ச்சியை நோக்கிய பயணமாக இருக்கும். ஈரான் போன்ற சிறியநாடுகளில் உலகத்தரமான படங்கள் வரும்போது அவர்களை விடத் தொன்மமும் கலாசாரமும் இலக்கியவளமும் உள்ள தமிழில் உலகின் மிகச்சிறந்த படங்களை ஏன் எடுக்கமுடியாது?

இந்த விஷயங்களை நடைமுறைப்படுத்தலாம் என நினைக்கையில் அடுத்துவரும் கேள்வி இதன் தயாரிப்பாளர் யார்? நாம்தான். நன்றாகத் திட்டமிடுகிற ஒரு பதினைந்து நிமிடக் குறும்படத்தை பத்தாயிரம் ரூபாய்க்குள் எடுத்துவிடமுடியும். 90 நிமிடப்படத்தை அதிகபட்சம் இரண்டு லட்சங்களுக்குள் வீடியோவிலும் இருபதிலிருந்து முப்பது லட்சங்களுக்குள் படச்சுருளிலும் எடுத்துவிடமுடியும். சரியான திரைக்கதை, தொழில்முறை அல்லாத கதையின் தேவைக்குப் பொருத்தமானவர்கள், யதார்த்தமான அணுகுமுறை, துல்லியமான படப்பிடிப்புத்திட்டம், நல்ல அணி இவை இருந்தால் சர்வதேச முயற்சியைச் செய்துபார்த்துவிட முடியும். பெரும் லாபத்தை எதிர்பார்த்துப் பெரிய முதலீடுகளில் ஆர்வம் காட்டும் முதலாளிகள் முதலில் இதில் ஆர்வம் காட்டத் தயங்குவார்கள். இது வெற்றிபெற்ற ஒரு முறையென நிரூபித்துக்காட்டியபின் அவர்களும் இதைத் தயாரிக்க முன்வருவார்கள். தற்போது வருடத்துக்கு ஐம்பது புத்தகம் வெளியிடுகிற புத்தகப் பதிப்பாளர்சள் இலக்கியப் பதிப்போடு இந்தக் குறும்பட முயற்சிகளையும் ஊக்குவிக்கலாம். எழுத்துத்துறையில் இருப்பவர்கள் திரைத்துறைக்கு மேலும் வரவேண்டும். இதெல்லாம் யோசிக்க முடிகிற வாய்ப்பை வீடியோ தொழில்நுட்பமும், அதற்கு உலகமெங்கும் நடக்கும் திரைப்பட விழாக்களும் நமக்கு வழங்கும். அவை காலம் நமக்கு வழங்கும் பரிசு.

உலகத்தின் தரமான படங்களையெல்லாம் பார்க்கும்போது எல்லோர் மனத்திலும் மூன்று அடிப்படையான கேள்விகள் எழுகின்றன. 1. சினிமா இவ்வளவு எளிமையாக இருக்குமா? 2. நாம் ஏன் இதுபோன்ற படங்களை எடுக்கவில்லை? 3.

இதுமாதிரி படம் எடுத்தால் இங்கு பார்ப்பார்களா? முதல் இரண்டு கேள்விகளை நாம் எத்தனைமுறை வேண்டுமானாலும் நமக்குநாமே கேட்டு இன்னும் புதிய பதில்களையும் தீர்வுகளையும் பெறலாம். ஆனால் மூன்றாவது கேள்வியின் பதில் செயலில் இருக்கிறது. இது வரையான வணிகசினிமாவில் நாம் அடைந்த நல்லவிஷயம் சர்வதேசத்தரமான தொழில்நுட்ப அறிவு. அதைப்பயன்படுத்தி உணர்வுப்பூர்வமான யதார்த்தமான மக்களின் கதைகளை நேர்மையாகப் பதிவு செய்யும்போது அது நிச்சயம் உலகத்தின் கவனத்தைப்பெறும். எல்லோராலும் விரும்பப்படும். அத்தகைய சர்வதேச அளவிலான முயற்சியை நம்மால் சாதிக்க முடியும் என்று எண்ண அளவில் நம்பமுடியும் இந்த 2006இல் நமக்கு நாமே கேட்டுக்கொள்ளவேண்டிய முக்கியமான கேள்வி ஒன்றும் இருக்கிறது. அப்படி ஒரு தமிழ்ப்படத்தை நாம் எப்போது எடுக்கப்போகிறோம்?

⓿

3
முகங்களின் திரைப்படம்
காட்சிமொழிக்குறிப்புகள்

"ஒரு பொருளுக்குப் பத்துப்பண்புகள் உள்ளன. அவை ஒளி, இருள், வண்ணம், பொருண்மை, வடிவம், கோணம், தொலைவு, அருகாமை, இயக்கம், இயங்காநிலை."
– ஓவியர் லியார்னார்டோ டாவின்ஸி.

ஒரு மொழி, எழுத்துவடிவில் உணர்வு சார்ந்த வெளிப்பாடுகளைக் கருதி, நிறுத்தற்குறிகள், அசையழுத்தம், சொற்றொடர்களின் உடைப்பு அல்லது பிரித்தல் வழியே உருவாக்கும் லயம் முதலிய இயல் சார்ந்த நுட்பங்களைக் கொண்டிருப்பதைப் போல திரைப்படமும் தனது காட்சிமொழி சார்ந்து நெகிழ்வான சில விதிகளைக் கொண்டிருக்கிறது. திரைப்படமும் விஞ்ஞானமும் கலையும் சரிவிகிதத்தில் புனைந்த ஒன்றாக இருப்பதால், நாள்தோறும் தன்னைப் புதுப்பித்துக்கொள்ளும் விஞ்ஞானம் தன்னுடன் சேர்ந்து இயங்கும் படைப்பாற்றலின் உத்திகளையும் மாற்றிக்கொள்ள வேண்டிய தேவையை முன்வைக்கிறது. எனவே கருவிகள் சார்ந்து இயங்குகிற திரைப்படம், தனது அடிப்படையான உத்திகளில் தொடர்ந்து மாற்றமடைந்துகொண்டே இருக்கிறது. புதிய கண்டுபிடிப்புகளின் வழியே நிகழும் இம்மாற்றம் திரைப்படத்தின் இயல்மொழியில் புதிய சாத்தியங்களை அறிமுகப்படுத்துகிறது. உதாரணத்திற்கு ஒலிப்பதிவு திரைப்படத்தில் கண்டுபிடிக்கப்பட்டபின் அசையாமல்

ஒரே இடத்தில் நிலையாகப் படம் பிடிக்கும் மேடைத்தன்மை தளர்ந்தது. வண்ணம் திரைப்படத்தில் வந்ததும் அரங்கம் சார்ந்த கட்டுப்பாடுகள் மீறப்பட்டு வெளிப்புறப் படப்பிடிப்பு அவசியமானது. படத்தொகுப்பில் வந்த நேரிழையற்ற தொகுப்பு முறை (Non linear editing) படத்தயாரிப்பின் அடுத்த சாத்தியங்களைத் திறந்தது. வீடியோவும் கணினியும், இலக்கத் தொழில்நுட்பமும் (Digital) வந்ததன் பிறகு திரைப்படத்தின் நுட்பம் எளிதாகவும் எல்லோரும் அணுகமுடிகிற ஒன்றாகவும் மாறிவிட்டது. இத்தகைய கருவிசார்ந்த வளர்ச்சிகள் திரைப்படத் தயாரிப்பிலும் அணுகுமுறையிலும் வெறும் நுட்பரீதியான மாற்றங்களையே ஏற்படுத்தியிருக்கின்றன. கதையிலும் அது சொல்லப்படும் முறையிலும் அது எந்த மாற்றத்தையும் நிகழ்த்தவில்லை என்பது நாம் அறிந்த சோகம்.

புதிய படத்தொகுப்புமுறை பணிச்சுமையை எளிதாக்கியிருக்கிறதே அன்றி கதை சொல்லலில் நேரிழையற்ற தன்மையை அறிமுகப்படுத்தவில்லை. ஒளிப்பதிவிலும் வெளிப்புறப்படப்பு என்பது அரங்கத்தின் இன்னொரு விதமான தன்மையையே முன் வைத்தது. யதார்த்தமான வாழ்க்கையும் அதன் சூழலும் அரிதாகவே பதிவாயின. இலக்கத் தொழில் நுட்பம் எதையும் திரையில் நிகழ்த்தும் மாயத்தன்மை கொண்டிருந்தும் அது சண்டைக் காட்சிகளில் நடிகர்கள் தொங்கி பல்டியக்கும் கயிறுகளை அழிப்பதற்கே அதிகம் பயன்பட்டுவருகிறது. நுட்பங்கள் எப்போதும் அதனை இயக்குபவரின் கட்டளையையே செய்துமுடிக்கின்றன. அந்தவகையில் திரைப்படத்துறையில் நுட்பரீதியாக நமக்கு இருக்கிற சாத்தியங்கள் முழுமையாகப் பயன்படவேண்டுமெனில் மாற்றம் கதையின் மூலத்தில் நிகழவேண்டும்.

சமீப வருடங்களில் உலகத்திரைப்படங்களின் அதிகமான வருகையும் அவற்றின்மீது எல்லோருக்கும் இருக்கும் ஆர்வமும் நம் திரைப்படங்களின் தரம் குறித்த ஒப்பீட்டளவிலான சுயவிமர்சனத்தை ஏற்படுத்தியிருக்கிறது. அந்தவகையில் ஒரு தரமான திரைப்படத்தை நம்மால் எடுக்கமுடியும் எனும் விருப்பமும் சமரசங்களுடன் கூடிய முயற்சியும் துளிர்க்கும் இந்தப் பருவத்தில், தரத்தின் அடிப்படையான சில கூறுகளைக் காட்சிமொழி சார்ந்து விவாதிப்பது அவசியமாகிறது. மருத்துவத்துறையில் ஒருவரின் ஆரோக்கியத்தை அறிய

உடலின் மிகச்சிறிய அலகான ரத்த அணுக்களிலிருந்து சோதனையைத் துவக்குவதுபோல நம் திரைப்படத்தின் தரத்தையும் ஆரோக்கியத்தையும் அறிய அதன் மிகச்சிறிய அலகிலிருந்தே அந்த ஆய்வைத் துவக்கலாம்.

திரைப்படத்தின் மிகச்சிறிய அலகு அதன் துண்டுக்காட்சி (shot). இந்தத் துண்டுக்காட்சியில் பலவகைகள் இருந்தாலும் இதில் அண்மைக்காட்சியான (close up) மிக முக்கியமானது. ஒரு திரைப்படத்தில் அண்மைக்காட்சியை இயக்குநர் எப்படிப் பயன்படுத்துகிறார் என்பதை வைத்தே அவரது ஆளுமையைச் சொல்லிவிடமுடியும் என்று பேலபெலாஸ் எனும் திரைப்பட அறிஞர் தனது சினிமாகோட்பாடு எனும் நூலில் எழுதுகிறார். மொழியில் இருக்கிற நிறுத்தற் குறிகளைப் போல திரைப்படமொழியில் இருக்கும் அண்மைக்காட்சியை ஓர் ஆச்சரியக்குறி, சமயங்களில் ஒரு கேள்விக்குறிக்கு ஒரு மேலோட்டமான உதாரணமாகச் சொல்லலாம். ஆச்சரியம், வினோதம், குழப்பம், கோபம், எதிர்ப்பு, சோகம் என அழுத்தமான மிகை உணர்ச்சிகளின் இடத்தில் மொழியின் எழுத்து வடிவில் இந்த ஆச்சரியக்குறிகளும் கேள்விக்குறிகளும் பயன்படுவதுபோல திரைப்படமொழியில் இந்த அண்மைக் காட்சிகள் பயன்படுகின்றன. தொடர்ந்து வாசிக்கிற அல்லது எழுதுகிற ஒருவர் இந்த நிறுத்தற் குறிகளின் உபயோகத்தை மொழியின் ஓட்டத்தில் மிகச்சொற்பமாகவே உணர இயலும். ஏனெனில் எழுத்தின் சரளமான இயக்கத்தில் இத்தகைய நிறுத்தற்குறிகள் அவசியம் இல்லாமல் இடையில் வரும்போது மொழியின் ஒழுங்கைத் தடைசெய்கின்றன. திரைப்படமொழியிலும் அதன் சரளமான ஒழுங்கை தேவையற்று வருகிற அண்மைக்காட்சிகள் தடைசெய்கின்றன என்று சொல்லமுடியும்.

எழுதப்பட்ட ஒரு கதைக்குள் அதிலிருக்கும் வாக்கியங்களும் பத்திகளும் சேர்ந்து ஒரு லயத்தை ஏற்படுத்துவதுபோல திரைப்படமொழி, படத்தொகுப்பில் இணைக்கப்படும் காட்சிகளின் வழியே ஒரு லயத்தை ஏற்படுத்துகிறது. 'திரைப்படத்தில் இருக்கும் பிம்பங்கள் இசையில் இருப்பதைப்போன்ற ஏற்றத்தாழ்வுடன் (Modulation) இருக்கவேண்டும்' என்று இயக்குநர் ராபர்ட் பிரஸ்ஸான் எழுதுகிறார். இந்த லயம் இசையில் வெளிப்படையாக இயங்கி மிகமுக்கியமான பங்கினை

வகிக்கிறது. உரைநடை எழுத்திலும் திரைப்பட மொழியிலும் இது ஒளிந்து இயங்குகிறது. இந்த லயம், ஒரு படைப்பினுள் அமைகிற இசைவின் (*Harmony*) அடிப்படையாக இருக்கிறது. நல்ல இசையின் நடுவே கேட்கும் அபஸ்வரம்போல, இசைவு உடைபடும்போது எந்த விஷயமும் ஒரு முழுமையான அனுபவமாக மாறுவதில்லை. உலகின் சிறந்த படங்கள் என்று நாம் அறிகிற எந்தப் படமும் பார்த்துமுடிக்கையில் அனுபவமாக மாறுகிறது. நமது பெரும்பாலான படங்களில் இந்த அனுபவம் கூடிவருவதில்லை. இதன் பின்னிருக்கும் சூக்குமம் இசைவிலும் இசைவை ஒருங்கிணைக்கும் லயத்திலும் இருக்கிறது. அதை நாம் எந்த இடத்தில் தவற விடுகிறோம்? பெரும்பான்மையான சமயங்களில் இந்த லய உடைப்பை அண்மைக் காட்சியே நிகழ்த்துகிறது எனும் உண்மையும் அதன் காரணமும் சுவாரஸ்யமானவை.

நிஜவாழ்க்கையில் நம் காட்சி அனுபவத்தில் அண்மைக் காட்சி என்பது மிக அரிதானது. அது நூறு சதவீதம் கனவுத்தன்மையானது. அதற்கு மிக முக்கியமான காரணம் நம் கண்களின் பார்வைக்கோணம் (*angle of view*) ஏறத்தாழ 180 பாகை உடையது. இந்தப் பார்வைக் கோணத்தை வைத்துக்கொண்டு எவ்வளவு அருகாமையில் ஒரு பொருளைப் பார்த்தாலும் அது திரைப்படத்தில் நாம் பார்க்கிற அண்மைக்காட்சிக்கு இணையானதாக இருப்பதில்லை. காரணம் எந்தப் பொருளையும் இரண்டு கண்களால் நாம் பார்க்கிறோம். திரைப்படம் ஒரு கண்ணால் பார்ப்பதைப் போல ஒரு ஆடியால் (*lens*) படம் பிடிக்கப்படுகிறது. எனவே திரைப்படம் என்பது நமக்குப் புதிதான காட்சி அனுபவத்தை வழங்குகிறது. இந்தக் காட்சி அனுபவத்தில் ஷாட்டின் மற்ற பிரிவுகளான தொலைவுக்காட்சி, மத்திமக்காட்சி தவிர்த்து அண்மைக்காட்சியே மிக அந்நியமானது. ஒரு குழந்தையைக் கொஞ்சும்போது, கீழே விழுந்த நாணயத்தை எடுக்கும்போது கைபேசியில் எண்களைத் தேடும்போது என்று இந்த அண்மைக்காட்சி அனுபவம் அன்றாட வாழ்க்கையில் எப்போதாவது நிகழ்வது. நாம் உணர்கிற மற்ற துண்டுக்காட்சிகள் பெரும்பாலும் தொலைவுக்காட்சிகள், மத்திமத்தொலைவுக்காட்சிகள் அல்லது மத்திமக்காட்சிகள்.

அண்மைக்காட்சி என்பது என்ன? திரைமுழுக்க ஒரு பொருளை அல்லது முகத்தை நெருக்கமாகக் காட்டும் காட்சி.

1911இல் D.W.கிரிபித் எனும் அமெரிக்க இயக்குநரால் The Lonedale Operator எனும் மௌனப் படத்தில் முதன்முதல் பயன்படுத்தப்பட்டதாகச் சொல்லப்படும் இந்த உத்தியின் நோக்கம் ஒரு விஷயத்தை அருகாமையில் காட்டுவதன்மூலம் அதன் முக்கியத்துவத்தை உணர்த்துவது. கதாபாத்திரங்களின் பாவனையைத் தெளிவாக மிக அருகில் காட்டுவதன் மூலம் அந்த உணர்வைப் பார்வையாளருக்குள் அழுத்தமாகப் பதியவைப்பது. மொத்தத்தில் ஒரு அண்மைக்காட்சியின் நோக்கம் தெளிவாகச் சொல்வது தேவையெனில் வலியுறுத்துவது. மொழியிலும் இசையிலும் அசையழுத்தம் (accent) இருப்பதுபோல இது மறைந்திருந்து செயல்படுகிறது. கொஞ்சம் கவனக்குறைவாகப் பயன்படுத்தினாலும் இந்த அண்மைக் காட்சியெனும் கூறு பகிரங்கப்படுத்துவதாக, வெளிப்படையாக அறிவிப்பதாக மாறிவிடுகிறது. ஓர் எழுத்தாளர் தனது எழுத்தில் வெளிப்படையான இந்த அறிவிப்பைச் செய்தால் அவரது எழுத்து பிரச்சாரமாகக் கருதப்பட்டு எந்த இலக்கியத் தகுதியும் இல்லாததாகப் புறக்கணிக்கப்படுகிறது. நேரடியாக ஓர் உணர்ச்சியை வெளிப்படுத்துகிற, வலியுறுத்துகிற எந்தக் கூறும் கலையில் மூன்றாந்தரமானதாகவே கருதப்படுகிறது.

எனில் திரைப்படத்தில் அண்மைக் காட்சிகள் என்ன செய்கின்றன? 'கண்ணீர் தளும்பி வழிய இதோ நான் அழுகிறேன்.' 'நான் சிரிக்கிறேன்'. 'எனக்குக் கோபம் வந்து விட்டது'. எவ்வளவு வெளிப்படையான உணர்வுகள். ஒருமுறை நடிகர் மார்லன்பிராண்டாவிடம் சிறந்த நடிப்பு எது என்ற கேள்விக்கு அவர் சொன்ன பதில் முக்கியமானது. 'ஒரு நடிகனோடு பார்வையாளர்களும் பங்கேற்க வேண்டும். அவர்கள் பங்கேற்பதற்கான வெளியை நடிகன் விடவேண்டும். ஒரு சோகக்காட்சிக்கான உணர்வுகள் முழுவதையும் நடிகனே அழுது முடித்துவிட்டால் அதைப் பார்க்கிற பார்வையாளன் அவன் அழுகிறான் என்பதை மட்டும் தெரிந்துகொள்கிறான். அவனது சோகத்தில் பங்கெடுப்பதில்லை' என்கிறார். திரைப்படத்தில் அறிந்துகொள்வதற்கும் உணர்ந்துகொள்வதற்கும் இடையிலிருக்கும் இந்தச் சூக்குமமான இடைவெளியை, வெளிப்படையான தன்மையின் மூலம் அண்மைக்காட்சிகளே கலைத்துவிடுகின்றன. ஓர் அண்மைக்காட்சியின் வழியே, அறிவிக்கும் தன்மையை விடுத்து உணர்த்துவதற்கும், உணர்ந்துகொள்வதற்கான மௌன வெளியை இயல்பாகக் கதைக்குள் நிகழ்த்துகிற தன்மையே நல்ல

படங்களின் குணமாக இருக்கிறது. ஜெர்மானிய இயக்குநர் ஃப்ரிட்ஸ் லேங்கின் M எனும் படத்தில் (1931) தன் குழந்தை காணாமல் போனதை எண்ணிக் காத்திருக்கிற ஒரு தாயின் அழுகிற முகத்திற்குப்பதிலாக இறுக்கமாக அவள் இரண்டு கைகளையும் பிணைத்திருக்கிற அண்மைக் காட்சி வருகிறது. இந்த அண்மைக் காட்சி அவள் கைகளைப் பற்றியிருக்கிறாள் என்ற நேரடியான தகவலைக் கடந்து அவளது பதட்டத்தை உணர்த்துகிறது. அதுபோல பிரெஞ்சு இயக்குநர் த்ருபோவின் *400 blows* (1959) படத்தில் கடைசியாகச் சிறுவனின் முகம் அண்மைக்காட்சியில் உறைகிறது. இதுவும் நேரடியான அதிர்ச்சியைக் கடந்து அவன் வாழ்வில் முழுமைக்குமாக சிறைப்படப்போகும் உணர்வை அந்த அண்மைக்காட்சி பதிவுசெய்கிறது. உதாரணமாக நாம் அன்றாட வாழ்க்கையில் பயன்படும் ஒரு சொல் கவிதைக்குள் வரும்போது அதன் அர்த்தம் நேரடியானது அல்ல. அதுபோலவே திரைப்படத்தின் கதைக்குள் அண்மைக்காட்சியாக வருகிற ஒருமுகம், தனித்த ஒரு காட்சியாக, நேரடியான அர்த்தத்துடன் இல்லாமல் அதைக்கடந்து, கதையின் அடுக்குகளில் இருக்கும் பொருளின் தன்மையுடன் மாற வேண்டிய அவசியம் இருக்கிறது. இலங்கை இயக்குநர் பிரசன்ன விதானாகேயின் *death on the full moon day* (2000) எனும் படத்தில் ராணுவத்துக்குப் போன மகனின் உடல் மூடப்பட்ட சவப்பெட்டியில் இருக்கும். உள்ளிருக்கும் மகனின் உடலைத் தொட்டுப்பார்க்க கண்ணில்லாத அவனது வயதான தந்தை விரும்புவார். ஆனால் சவப்பெட்டியைத் திறந்துபார்க்கும் அனுமதியை மறுத்து உடலுடன் வந்திருக்கும் இரண்டு ராணுவவீரர்கள் வீட்டு வாசலிலேயே அமர்ந்திருப்பார்கள். இறந்தவனின் சகோதரிகள் மர்மமாய் நிகழ்ந்த அவனது மரணத்தை நினைத்து அழும்போது அந்த ராணுவ வீரர்களுக்கு ஓர் அண்மைக்காட்சி வரும். இந்த அண்மைக்காட்சி கதையின் முக்கியமான ரகசியத்தை அறிந்தவர்கள் அவர்கள் எனும் அர்த்தத்தை உணர்த்தும். இந்த அண்மைக்காட்சி இல்லாது அந்தக் காட்சியை, கதையையேகூட கற்பனை செய்யமுடியாது. இவ்வகையில் ஒரு திரைப்படத்தின் மிக வலிமையான இடத்திலிருந்து அண்மைக்காட்சி இயங்கமுடியும்.

அண்மைக்காட்சியின் இன்னொரு உபயோகம் படத்தொகுப்பு சார்ந்தது. *cut in, cut away* எனப்படும் இரண்டு காட்சிகளைத் தெறிப்பில்லாமல் தொகுக்கும் உபபொருளாகவும்

அண்மைக்காட்சி பயன்படுகிறது. உதாரணத்திற்கு இரண்டு தொலைவுக் காட்சிகளை அடுத்தடுத்து இணைத்தால் அது ஒரு சுமூகமான இணைப்பாக இல்லாமல் திரையில் ஒரு தெறிப்பு (*Jump*) ஏற்படும். இதை இணைக்கும் உத்திக்காகவும் அண்மைக்காட்சி பயன்படுகிறது. வழக்கம்போல எந்த நுட்பத்தையும் அதன் மலினமான உபயோகத்தையே அதிகமாகப் பற்றிக்கொள்ளும் நாம் அண்மைக்காட்சியையும் அதிகமாக இந்த முறையிலேயே பயன்படுத்துகிறோம். இந்த வகையில் படத்தொகுப்பாளரின் கத்தரி தங்கள் கதையின் அவயங்களைத் துண்டிப்பதை அனுமதிக்காத இயக்குநர்கள் *mise-en-scene* எனப்படும் நீண்ட காட்சிகளை இதன் மாற்றாக முன்வைக்கிறார்கள். 'ஓர் இயக்குநர் திறமையானவராக இருந்தால் ஒரு சட்டகத்தின் (*frame*) மூலமே தனது ஆளுமையைப் பதிவு செய்துவிட முடியும்' என்று ரஷ்ய இயக்குநர் தார்க்கோவ்ஸ்கி எழுதுகிறார். ஏனெனில் நல்ல திரைப்படத்தின் ஒவ்வொரு துண்டுக் காட்சியும் கதையிலிருந்து நீக்கமுடியாத அங்கம் போன்றவை. அது வெறும் இணைப்பிற்கான பொருளாகப் பயன்படும்போது படத்தொகுப்பின் ஒழுங்கில் அது சுமூகமான இணைப்பை ஏற்படுத்தினாலும் மொத்தப்படத்தின் லயத்தில் பொருந்தாத தெறிப்பாக மாறுகிறது. உதாரணத்திற்கு இருவர் அறையில் அமர்ந்து பேசிக்கொண்டிருக்கும் காட்சியில் ஒரு சுமுக இணைப்பை ஏற்படுத்துவதற்காக அந்த அறையின் சுவரில் இருக்கும் பொருத்தமில்லாத ஓவியத்தின் அண்மைக்காட்சியைக் காட்டுவது அபத்தமானது. அதுபோல் ஒரு காட்சிக்குள் நுட்பரீதியான ஒழுங்கிற்காக தேவையற்ற அண்மைக் காட்சிகளைப் பயன்படுத்துவதையும் இரண்டு காட்சிகளுக்கு இடையில் காலமாற்றம் (*Time lapse*) கருதிப் பயன்படுத்தப்படும் காட்சிகளையும் உலகின் சிறந்தபடங்களில் காணமுடிவதில்லை.

பொதுவாக ஒரு செயலை, அல்லது கதை நடக்கும் இடத்திலிருக்கும் நுட்பமான விவரணைகளைத் தனிமைப்படுத்திப் பார்வையாளரின் கவனத்தில் பதிவு செய்வதற்காகவும் அண்மைக்காட்சிகள் பயன்படுகின்றன. நாயகன் தேய்ந்த செருப்பு போட்டிருக்கிறான் என்றால் அவனது வறுமையைக் காட்ட ஓர் அண்மைக்காட்சி. ஒரு பெண்ணின் கழுத்தில் தாலி இருக்கிறது என்றால் அவளுக்குத் திருமணம் ஆகிவிட்டது என்பதைச் சொல்ல ஓர் அண்மைக்காட்சி. இப்படி ஒரு வெளிப்படையான நிலையில் நம் படங்களில் அண்மைக்காட்சிகள் பயன்படுகின்றன.

இது காட்சிமொழியில் நமக்கிருக்கிற போதாமையைக் காட்டுவதோடு பார்வையாளனை அறியாதவனாக நினைத்து அதிகமாக அவனுக்கு விளக்கிச் சொல்லும் இயக்குநரின் ஆசிரிய மனோபாவமே இதில் வெளிப்படுகிறது. பொதுவாகவே இந்தியர்கள் செய்கையாலும் மொழியாலும் ஒரே விஷயத்தை வெளிப்படுத்துவார்கள் என்றொரு கருத்து இருக்கிறது. இங்கே வா என்று ஒருவரை அழைக்க, குரலிலும் அதே விஷயத்தைக் கையை நீட்டிச் சைகையிலும் சொல்வோம். இதே மனோபாவம் இயக்குநரிடம் வெளிப்படும்போது காட்சி மொழி நகைப்பிற்கிடமானதாக மாறுகிறது. இது காட்சிமொழியின் நேரடியான பக்குவமில்லாத வெளிப்பாடு. உதாரணத்திற்கு ராபர்ட் பிரஸ்ஸானின் *Pick pocket (1959)* எனும் படத்தில் சாகசமாகத் திருட்டை மேற்கொள்பவனின் முகபாவங்களையும் உடல்மொழியையும் அண்மைக் காட்சிகளையும் நினைத்துப் பார்க்கலாம். பார்வையாளன் உணர்வதற்கான சிறு வெளி கூட வைக்காமல் அவன் ஏழை. எனவே தேய்ந்த செருப்புப் போட்டிருக்கிறான் என்று அண்மைக்காட்சியின் வழியே விளக்கிக் காட்டி விடும்போது காட்சிமொழியில் ஒரு மாற்று குறைவதான பிரமை ஏற்படுகிறது. ஆனால் அந்தச் செருப்பைத் திரை முழுக்கக்காட்டாமல் அவன் செயல்பாடுகளை அதன் இயல்புடன் பதிவு செய்யும்போது அவனது செருப்பைக் கவனிக்க நேரும் பார்வையாளன் அவனது ஏழ்மையை உணர்கிறான். இது உணர்த்துவதைவிடவும் வலுவானது. ஒருவேளை பார்வையாளன் பார்க்கத் தவறிவிட்டால் என்ன செய்வது என்ற இயக்குநரின் பதட்டமே அந்த அண்மைக்காட்சியாக மாறுகிறது. மேக தக்க தாராவில் செருப்பு அறுகிற காட்சியை உதாரணமாகச் சொல்லலாம். *children of heaven (1996)* இல் இருக்கும் செருப்புகள் சம்பந்தமான காட்சிகளையும் ஒப்பிட்டுப்பார்க்கலாம். கடைசியில் அப்பா ஷூ வாங்கிச் செல்வதுகூட வெளிப்படையான அண்மைக் காட்சியாக இருக்காது. ஒரு விஷயத்தை அன்புடன் சொல்வதற்கும் அழுத்தமாகக் கத்திச்சொல்வதற்குமான வித்தியாசமே இது. மத்திமக் காட்சியில் சொல்லப்படவேண்டிய ஒரு விஷயம் அண்மைக்காட்சியில் சொல்லப்படும்போது அதன் முனை உடைந்துவிடுகிறது.

இதற்கு இயல்பு வாழ்கையிலிருந்தே நாம் உதாரணங்களைப் பார்க்க முடியும். ஒருவர் நமக்கு அறிமுகம் ஆகிறார் என்றால் முதல்

சந்திப்பிலேயே அவரைப்பற்றிய சகல விஷயங்களையும் நாம் அறிந்து கொள்வதில்லை. தொடர்ச்சியான சந்திப்புகளின் வழியே அது இயல்பாக நடக்கிறது. திரைக்கதையிலும் படம் துவங்கிய பதினைந்து நிமிடங்களுக்குள் முக்கியமான கதாபாத்திரங்களை அறிமுகப்படுத்தி விடுங்கள் என்று திரைக்கதை ஆசிரியர்கள் சொல்கிறார்கள். இதுவும் நிஜ வாழ்க்கையில் நடப்பது போன்ற சம்பிரதாயமான அறிமுகம்தான். இதில் நுணுக்கமான சிக்கலும் இருக்கிறது. ஒரு திரைக்கதை ஆசிரியர் காலில் தேய்ந்த செருப்புடன் கசங்கிய ஆடையுடன் அவன் நடந்துவந்தான் என்று எழுதும்போது நமக்கு மொத்தமான ஒரு சித்திரமே கிடைக்கிறது. ஆனால் படமாக்குகையில் அந்தச் சித்திரத்தை துண்டுகளாக வெட்டும்போது எழுத்தில் இருப்பதைவிடவும் கூடுதல் விவரங்கள் சேர்ந்து விடுகின்றன. அவற்றை துண்டுக்காட்சிகளாக வெட்டாமல் விடும்போது இயக்குநர் விரும்பும் உணர்வு ஒருமாற்று குறைவதற்கும் வாய்ப்பிருக்கிறது. இந்த இடத்தில் சட்டகத்தினுள் எவ்வளவு வெளி இருக்க வேண்டும்? 'மனோவியல் சார்ந்த பிம்பத்தின் அளவு, காட்சியின் கோணம், சட்டகத்துடன் அதற்கு இருக்கும் உறவு, இவை நேரடியாகப் பார்ப்பதைவிடவும் உணர்வுரீதியான தாக்கத்தைப் பார்வையாளருக்கு ஏற்படுத்தக்கூடும்.' என்று ஒளிப்பதிவு இயைபு (*Composition*) சார்ந்த விதிகள் சொல்கின்றன. எனவே காட்சியின் முழுமை கொஞ்சமும் குறையாமல், துண்டிப்பதன் வழியாகவோ அல்லது துண்டிக்காமல் நீளமான காட்சிகளின் வழியாகவோ வெளிக்கொணர்வதில் இருக்கும் சவாலே திரைப்பட மொழியின் சவாலாக இருக்கிறது. இதில் மேதமை மிக்கவர்களே உலகின் சிறந்த இயக்குநர்களாக இருக்கிறார்கள். இந்த மேதமை துண்டுக்காட்சிகளின் ஒவ்வொரு வகையின் மீதும் இருக்கவேண்டும் என்றாலும் அண்மைக்காட்சியே இதில் மிகவும் சிக்கலானது. ஏனெனில் எந்த ஒரு காட்சியும் அதனளவில் நேரடியானது. அந்த நேரடியான தன்மைக்குள் ஒன்றை ஒளிப்பதும், பரந்து செல்கிற காட்சிப்பரப்பைத் திடீரென்று சுருக்கி ஒரு முகத்தைத் திரைமுழுக்க விரித்துக் காட்டுவதில் லயம் கெட்டுவிடாமல் பார்த்துக்கொள்வதுமே அதிலிருக்கும் சவால். அகத்தின் அழகு முகத்தில் தெரியும் என்ற நமது பழமொழி போல முகத்தைக்காட்டும் காட்சியில் அதன் அகத்தையும் காட்ட வேண்டும். எனவேதான் அண்மைக்காட்சிகளுக்கு *Mindscape* என்றொரு பெயரும் இருக்கிறது. மனவெளியைக்

காட்டும் காட்சியாக அண்மைக்காட்சி இருப்பதால்தான் ஒரு பானை சோற்றுக்கு ஒரு சோறு பதம்போல படத்தின் அண்மைக்காட்சியே அந்தப் படத்தின் தன்மையைச் சொல்லி விடுகிறது. எனவே அதைக் கையாள்வதன் வழியே இயக்குநரின் ஆளுமை வெளிப்படும் என்கிற பேலபெலாஸின் கூற்றில் இருக்கும் அழுத்தம் புரியவரும்.

இந்தத் தரவுகளுடன் நம் படங்களை முன்வைத்துப் பார்க்கும்போது, காட்சிமொழியின் வலிமையான பயன்பாடுள்ள, அண்மைக்காட்சிகளைத் திரைப்படங்களில் நாம் எப்படிப் பயன்படுத்துகிறோம்? வாழ்க்கையின் யதார்த்தத்தோடு நெருங்கி வரும் உலகப்படங்கள் எப்படிக் கையாள்கின்றன? ஒப்பீட்டளவில் இந்த அண்மைக்காட்சியின் அதீதமான பயன்பாட்டை நுணுகிப்பார்த்து உணர்ந்தால் நம்மைப் பீடித்திருக்கும் காட்சிநோயின் தீவிரத்தை நம்மால் உணர்ந்து கொள்ளமுடியும்.

நம் படங்கள் வணிகம் சார்ந்தவை. பொழுதுபோக்குப் பார்வையாளர்களே இதன் இலக்கு. எனவே அண்மைக் காட்சிகளின் வழியேதான் கதை சொல்லமுடியும் எனும் கருத்தை முழுமையாக ஏற்றுக் கொள்ளமுடியாது. ஏனெனில் இத்தனை வருடப் பயன்பாட்டில் திரைப்படமொழியில் அதன் அடிப்படையான காட்சிக்கூறு தொடர்ந்து தவறாகப் பயன்படுவது துரதிர்ஷ்டவசமானது.

எந்த ஒரு விஷயத்தையும் நாம் அண்மைக்காட்சிகளின் வழியே சொல்லிப் பழகியிருக்கிறோம். ஏனெனில் அது மிக எளிதானது. அதற்கான காரணம் நமது கதையின் வழியே வருகிறது. நம் கதைகள் நாயகர்களின் முகங்களைச் சார்ந்திருக்கின்றன. நமது பெரும்பாலான படங்களில் கதை எந்த ஊரில் நடக்கிறது என்ற விபரமே இல்லாமல் இருப்பதைப் பார்க்கலாம். இதன் எளிய காரணம் அண்மைக்காட்சிகள் பின்னணியை அனுமதிப்பதில்லை என்பதுதான். மேலும் அண்மைக்காட்சிகள் திரைமுழுக்க ஒரு முகத்தை நிரப்புவதால் பார்வையாளர் அதைமட்டுமே பார்க்க நிர்பந்திக்கப்படுகிறார். அவருக்குக் காட்சி சட்டகத்தில் தன் விருப்பத்திற்கேற்ப வேறு எதையும் பார்க்கும் சுதந்திரம் கிடைப்பதில்லை. ஆனால் பரந்த காட்சியில் இது நிகழ்வதில்லை. இதுகுறித்துப் புதிய அலையின் பிரெஞ்சு இயக்குநர் ழான் ரெனாயர் தனது

Grand illusion (1937) எனும் படம் பற்றிச் சொல்லும்போது சிறைக்குள் இருக்கும் கைதிகளைப் படம்பிடிக்கும்போது தேவையற்ற வெற்றுவெளிகள் அற்று அடைக்கப்பட்டது போன்ற தன்மை ஏற்பட அண்மைக்காட்சிகளைக் கையாண்டதாகவும் அவர்கள் ஜெயிலில் இருந்து தப்பித்ததும் சுதந்திரத்தின் தன்மையைக்கொணரும் விதமாகப் பரந்த காட்சிகளாகப் படம்பிடித்ததாகவும் சொல்கிறார். இதன் பின்னிருக்கும் காட்சிரீதியான மனோவியல் நுட்பமானது. பொதுவாக நாம் வசிக்கும் இடங்களை பரந்த தன்மை உள்ளதாக அமைத்துக்கொள்வதன் பின்னணி வெளி (space) சார்ந்து நமக்கிருக்கும் சுதந்திர உணர்வின் வெளிப்பாடுதான். அடைக்கப்பட்ட நெரிசலான அறைக்குள் இருப்பதோ, நெரிசலான பேருந்திற்குள் சகமனிதனுடன் நெருக்கிக்கொண்டு பயணிப்பதோ நமக்குச் சுதந்திர உணர்வை அளிப்பதில்லை. அதுபோலவே வெளி சார்ந்து திரைப்பட சட்டகத்தில் இருக்கும் வெற்றிடம் பார்வையாளருக்கு ஒருவிதமான திரைப்பட அனுபவத்தை மறைமுகமாக அளிக்கிறது. அவ்வாறில்லாமல் இயக்குநர் பார்வையாளரை நிர்பந்திப்பதைப்போல முகம் நிறைக்கப்பட்ட அண்மைக்காட்சிகளை அடுக்குகையில் பார்வையாளன் களைப்படைகிறான். சில படங்களைப் பார்க்கையில் தலைவலி வருவதுகூட இந்தக் காட்சிநெரிசல் சார்ந்த களைப்பின் மறைமுகமான வெளிப்பாடுதான்.

நல்ல இயக்குநர் தனது திரைக்கதைக்குள் கதாபாத்திரங்களை அதன் போக்கில் உலவவிடுகிறார். கதைக்குள் இருக்கிற அவர்களது வாழ்க்கைப் பிரச்சினை சார்ந்து அவர்களுக்கு வேறு நிர்பந்தங்களை இயக்குநர் விதிப்பதில்லை. இயக்குநர் ஒரு பார்வையாளராக இருந்து தனது கதாபாத்திரங்களின் கதையை நமக்குச் சொல்கிறார். அவ்வளவுதான். ஆனால் நம் படங்களில் இயக்குநர் ஒரு சர்வாதிகாரியாக மாறுகிறார். தோற்பாவைக் கூத்து போல நடிகனைத் தனது விரலில் சுற்றியிருக்கும் கயிறால் ஆட்டி வைக்கத் துவங்குகிறார். அந்த அதிகாரம் 'இதைமட்டும் பார்'. 'ம். எல்லோரும் அழுங்கள்'. 'எல்லோரும் சிரியுங்கள்' என்று பார்வையாளன் மீதும் பாய்கிறது. இந்தச் சர்வாதிகாரம் சட்டகத்தில் நடிகருக்கு வழங்கப்படும் வெளியைச் சார்ந்தது. கதைக்குள் வரும் தன் பிரச்சினையின் காரணமாக அழுவது ஒரு பாத்திரத்தின் இயல்பு என்றால் கண்ணீர் வழிவதை அண்மைக்காட்சியில் காட்டும்

இயக்குநரின் நோக்கம் எத்தகையது? தனது கதாபாத்திரத்தின் சோகத்தைப் பதிவுசெய்வது மட்டுமே இயக்குநரின் வேலை. அதைப்பார்த்து அந்தச் சோகத்தை உணர்ந்துகொள்வதற்கான வெளியை ஒரு இயக்குநர் பார்வையாளருக்கு வழங்கவேண்டும். மேலும் அதைப்பார்த்து சோகம் வராமல் இருப்பதுகூட பார்வையாளனின் விருப்பம். ஆனால் பார்வையாளன் அப்படி சோகத்திலிருந்து எந்தவகையிலும் எளிதில் விடுபட்டு விடக்கூடாது என்பதற்காக, அவன் கண்ணீரை மட்டுமே இயக்குநர் காட்சிப்படுத்துகிறார். இது ஒரு வகையான நிர்ப்பந்தம். இது திரைப்படத்தின் தாய்க்கலையான நாடகத்தில் இல்லை. அதில் காட்சியின் சட்டக அளவு மாறாது. அண்மைக்காட்சிகள் இல்லை. தன்னளவில் நேர்மையாக இயங்கும் ஒரு கலை. கைதட்டலையும் கண்ணீரையும் சிரிப்பையும் காமத்தையும் வலிந்து தூண்டும்விதமாக அண்மைக்காட்சிகளின் வழியே இயங்குவது எத்தனை உள்நோக்கமானது. ஒரு நடிகையின் அடிவயிறை அண்மைக்காட்சியில் காட்டுவதற்கும் அழும் கண்களைக் காட்டுவதற்கும் வித்தியாசம் என்ன இருக்கிறது? நோக்கம் ஒன்றுதானே. இயக்குநர் ரித்விக் கட்டக்கின் மேக தக்க தாரா(1960) ஒரு பெண்ணின் சோகங்களைச் சொல்வதுதான். இதில் நம்மைச் சோகப்படுத்துவதற்கான முயற்சி எந்த இடத்திலும் காட்சியின் வழியாக நிகழ்வதில்லை. ஆனால் படம் முடிகையில் நாம் அடைகிற சோகமும் கேள்விகளும் அளவில்லாதவை. இதுபோல் ஈரான் இயக்குநர் மஜித்மஜீதியின் *colour of paradise (1999)* படத்தின் சிறுவன் கண்பார்வை இல்லாதவன். அவன் கண் பார்வையில்லாதவன் என்பதற்காக அண்மைக்காட்சியில் அவனது பார்வையின்மையைக் காட்டிப் பரிதாபம் தேடுகிற வேலையை இயக்குநர் செய்வதில்லை. ஏனெனில் கதைக்குள் இருக்கிற சிறுவனுக்குத் தனது ஊனத்தைக்காட்டிப் பரிதாபம் தேடவேண்டிய தேவையே இல்லை. அவன் அவனது உலகில் மகிழ்ச்சியாக இருக்கிறான். அப்படி ஒரு நோக்கம் கதாபாத்திரத்துக்கு இல்லை என்கிறபோது அண்மைக்காட்சியின் வழியே அவனது ஊனத்தைக்காட்டிப் பரிதாபம் தேடமுயன்றால் அது இயக்குநரின் மோசமான சுயநலம்தானே. தமிழ்ப்பட வரலாற்றைப் பார்த்தால் இன்றுவரை இந்த ஊனம் என்பது எத்தனை பரிதாபத்துக்குரிய, ஆறுதல் தேடுகிற ஒன்றாகச் சித்திரிக்கப்பட்டுள்ளது? கதையில்

ஊனமுற்றவரை வைப்பதன் வெளிப்படையான நோக்கமே பார்வையாளர்களின் பரிதாபத்தைப் பெறுவதற்காகத்தானே.

ஒரு விஷயத்தை வலியுறுத்துகிற, காதலைத் தூண்டுகிற, அழவைக்கிற, போதிக்கிற, பிரகடனப்படுத்துகிற எதையுமே நல்ல படங்கள் செய்வதில்லை. இந்த உணர்வுகளைத் திரைப்பட மொழியில் நேரடியாகக் காட்டிவிடுகிற அண்மைக்காட்சிகள் குறித்து அவை மிகுந்த எச்சரிக்கை உணர்வுடன் செயல்படுகின்றன. தொடர்ந்து நல்ல படங்களைப் பார்க்கிற யாரும் இதனை உணரமுடியும். பிறகு நம் படங்களில் மட்டும் அண்மைக்காட்சிகளில் முகங்கள் நிரம்பிவழிவது ஏன்? இந்த அண்மைக்காட்சி குறித்துப் பொது மனோபாவம் எப்படி இருக்கிறது என்பதற்கு ஓர் உதாரணம்; திரைப்படத்தில் நடிக்கும் துணை நடிகர்கள் வாய்ப்பு கிடைத்து நடிக்க வரும்போது உதவி இயக்குநர்களிடம் பவ்யமாகக் கேட்கும் கேள்வி, "சார். எனக்கு குளோசப் இருக்கா? டயலாக் பேசுறனா?" என்பதுதான். இந்த இரண்டு விஷயங்களே நம் திரைப்படங்களின் அடிப்படை. நடிகர் என்பவர் அண்மைக் காட்சியில் இருக்கவேண்டும். வசனம் பேசவேண்டும். ஏனெனில் நமது திரைப்படங்கள் அண்மைக் காட்சிகள் அதிகம்கொண்ட முகங்களின் திரைப்படமாக இருக்கின்றன. இதனால் திரைப்படம் இயக்குநர்களின் திரைப்படமாக இல்லாமல் நடிகர்களின் திரைப்படமாக இருக்கிறது. நம் படங்களில் எப்போதும் யாராவது எதையாவது பேசிக்கொண்டே இருக்கிறார்கள்.

இந்த இரண்டு விஷயங்களும் தொடர்வதற்குக் காரணம் நம் படங்கள் நாயகனைப் பிரதானப்படுத்தியே இயங்குகின்றன. எனவே அவர்களின் முகத்தைத் தொடர்ந்து அருகில் காட்டவேண்டியது அவசியமாகி விட்டது. இதனால் ஒரு காட்சியில் இருக்கிற பலரையும் அண்மைக்காட்சியில் காட்டவேண்டிய கட்டாயம் நேர்கிறது. ஒரு காட்சியில் நாயக நடிகரை மட்டும் அண்மைக்காட்சியாகவும் மற்றவர்களைத் தொலைவிலும் காட்டமுடியாது. எனவே ஒருவருக்காக உடைபடும் திரைப்படமொழியின் ஒழுங்கு படம் முழுக்கத் தொடர்கிறது. புதுமுகங்களை வைத்து இயக்குகிற வணிகப்படங்களில் கூட நடிகர் புதுமுகமாக இருந்தாலும் அவர் நாயகனாக இருப்பதால் பிரபல நடிகருக்குப் பொருந்தும் அண்மைக்காட்சி விதிகள் இவருக்கும் பொருந்துகின்றன. எனவே நாயகனைச் சுற்றி

இயங்குகிற படம், திரைமொழியின் எந்த அற்புதங்களையும் நிகழ்த்த அனுமதிப்பதில்லை. அது நாயகனின் அழகான அண்மைக்காட்சிகளால் அடுக்கப்பட்ட ஆல்பமாகவே அமைகிறது. எனவே வர்த்தகத் திரைப்படத்திற்குள் இந்த விதிகள் செல்லாதவை. எனினும் அந்த வர்த்தகத் திரைப்படத்திற்குள் கொஞ்சம் விலகி நின்று பரிசோதனைகள் செய்து பார்க்க விரும்புகிறவர்கள் காட்சிமொழி சார்ந்த நுட்பமான சாத்தியங்களை யோசித்துப் பார்க்கலாம்.

உலகப்படங்களின் வழியே கிடைக்கும் அனுபவத்தின் முக்கியமான இன்னொரு காரணியாக அவற்றுள் இருக்கும் மௌனத்தைச் சொல்லலாம். நம் படங்களில் இந்த மௌனம் தேடினாலும் கிடைப்பதில்லை. காரணம் உலகின் சிறந்த படங்கள் உரையாடலை மட்டுமல்ல அவற்றுக்கு இடையில் இருக்கிற மௌனத்தையும் பதிவு செய்கின்றன. நம் படங்கள் உரையாடலை மட்டுமே பதிவுசெய்கின்றன. உரையாடல் சார்ந்த இந்த நேரடியான மௌனம் ஒருபுறம் இருந்தாலும் அதைக் கடந்து காட்சிகளின் வழியே ஒன்றிணைகிற மௌனம் அற்புதமானது. இந்த மௌனம் mise-en-scene வழியே ஏற்படும் அக மௌனம். ஒரு காட்சி துண்டிக்கப்படாமல் நிலைத்து நிற்கும்போது நம் ஆழ்மனதில் நாம் அறியாத ஓர்மை கூடிவருகிறது. கிரீஸ் நாட்டு இயக்குநரான தியோ ஆஞ்ச லோபோலஸின் Landscape in the mist (1988) படத்தில் ஒரு சிறுமியும் ராணுவவீரனும் சந்திக்கிற ரயில்நிலையக் காட்சியை உதாரணமாகச் சொல்லலாம். இதே படத்தில் சிறுமி லாரிக்குள் பலாத்காரம் செய்யப்படுகிற காட்சியை நீண்டகாட்சிக்கு இன்னொரு சிறந்த உதாரணமாகச் சொல்லலாம். நாம் திரைப்படங்களில் பார்த்துப்பழகிய கற்பழிப்புக் காட்சிகளோடு இந்தக் காட்சியை ஒப்பிட்டுப் பார்க்கும்போது எந்த அண்மைக்காட்சியும் இல்லாமல் நமக்குள் பதிவாகும் காட்சியின் வன்முறையும் அதுதரும் பதட்டமும் பயங்கரமானது. திரைமொழியின் அற்புதமான பதிவென இந்தக் காட்சியைச் சொல்லலாம். இந்தக் காட்சி துண்டிக்கப்பட்டிருந்தால் அல்லது சிறுமியின் முக உணர்வைக்காட்ட அண்மைக்காட்சியை இயக்குநர் பயன்படுத்தி இருந்தால் காட்சிக்குள் இயங்கும் காலம் தப்பியிருக்கும். அண்மைக்காட்சிகள் கதை நடக்கும் பின்புலத்தைப் புறக்கணிப்பதுபோல காட்சிக்குள் இயங்கும் காலத்தையும் மழுப்பி விடுகின்றன அல்லது காலமற்ற

ஒரு தன்மையை ஏற்படுத்துகின்றன. எனவே காலநகர்வின் வழியே நமக்குள் கவியும் மௌனத்தை அண்மைக்காட்சிகள் கலைத்துவிடுகின்றன. உதாரணத்திற்கு இருவர் பேசும் ஒருநிமிடக் காட்சியைத் துண்டிக்காமல் நீளமான காட்சியாக எடுப்பதற்கும் அதே காட்சியை அதிகம் துண்டித்து அண்மைக்காட்சிகளாக எடுப்பதற்கும் இருக்கும் ஒரே வித்தியாசம், முன்னது அதிகநேரம் நடப்பதுபோன்ற பிரமையைத்தரும். பின்னது அதேநேரம் காட்சி நிகழ்ந்திருந்தால்கூட சீக்கிரம் முடிந்த உணர்வைத்தரும். இந்தச் சீக்கிரம் என்கிற வேகம் சார்ந்த அணுகுமுறை, காலத்தின் நகர்வை அழித்து, பார்வையாளன் படம் பார்க்கிற நேரத்தை உணரவிடாமல் செய்கிறது. இது வணிகப்படங்களின் அடிப்படையான உத்தி. ஏனெனில் படம் பார்க்கும் பார்வையாளனின் இரண்டரைமணி நேரத்தை உணர விடாமல் செய்வதே வணிகப்படத்தின் நோக்கமாக இருப்பதால், அண்மைக்காட்சிகளின் வேகமான நகர்வு, பின்புலம் அற்ற, காலம், இடம் சார்ந்த எந்த இயக்கத்தையும் உணரமுடியாமல் ஒரு போலியான காலத்திற்குள் பார்வையாளனை இருத்துகிறது. இயக்குநரும், படத்தொகுப்பாளரும் இந்த நோக்கத்தின் வழியே இயங்கும்போது படத்தின் நிதானத்தன்மையோடு கூடிவரவேண்டிய மௌனம் தப்பிவிடுகிறது. நல்ல படங்கள் இதைச் செய்வதில்லை. அவை படத்துக்குள்ளிருக்கும் காலத்தின் நகர்வை முக்கியமான கூறாகக் கருதுகின்றன. எனவே அது ஓர் அனுபவமாக மாறுகிறது. நிஜ வாழ்க்கையின் சம்பவம்போல நம் கண்முன் நடந்துமுடிகிறது. ஆனால் வணிகப்படம் ஒரு கனவின் வேலையைச் செய்வதால் மௌனமும் அனுபவமும் அதன் வழியே கூடிவருவதில்லை.

அதுபோல் நாம் அண்மைக்காட்சிகளின் இன்னொரு பயன்பாடாக, ஒரு காட்சியினுள் இருக்கும் நுட்பமான விபரங்களைப் பார்வையாளனுக்கு அது வழங்குவதாக நம்புகிறோம். எல்லாநேரத்திலும் அது உண்மை இல்லை. நீண்ட காட்சிகள் அண்மைக்காட்சிகள் தரும் விவரணையை(Details) விட அதிகமான விவரணையைத் தருகின்றன. ஏனெனில் காட்சிச்சட்டம் மாறாமல் இருக்கும்போது ஒரு பார்வையாளன் அதைமட்டுமே பார்க்கிறான். அப்போது அவன் அதனுள் இருக்கிற நடிகனின் முகத்தக் கடந்து அந்தக் காட்சிக்குள் இருக்கிற பல விஷயங்களையும் பார்க்கத் துவங்கி அந்தச் சட்டகத்திற்குள் தங்கியிருப்பதைப் போன்ற உணர்வைப்

பெறுகிறான். அப்போது, நடக்கும் கதையினுள் அவனும் ஒருவனாகப் பங்கெடுக்கத் துவங்குகிறான். ஏனெனில் ஒருவிஷயம் அவன் கண்முன்னால் நடப்பதுபோன்ற நிஜ உணர்வை இந்த நீண்டகாட்சிகள் மட்டுமே அவனுக்கு வழங்குகின்றன. தைவான் இயக்குநர் சாய் லிங் மியானின் What time is it there(2001) எனும் படம், முழுக்க அண்மைக்காட்சிகளே இல்லாத படமாக இருக்கிறது. படம் முழுக்க நீண்டகாட்சிகள் நிலைத்து அசையாமல் இருக்கின்றன. ஒளிப்பதிவில் எந்த அசைவும் இல்லை. கதை நடக்கும் வீட்டுக்குள் நாமும் தங்கியிருப்பது போன்ற உணர்வை இப்படம் நமக்கு வழங்குகிறது. 'ஒரு காட்சி தேவைக்கு அதிகமாக நிலைத்திருக்கும்போது பார்வையாளன் அடுத்து பார்ப்பதற்கு ஏதுமின்றி சட்டகத்தினுள் பார்வையை அலையவிடுகிறான். அப்போது காட்சிக்குள் இருக்கும் விஷயங்களைத் தன் சொந்த அறையில் நடப்பதைப் போல உணர்கிறான். இத்தகைய பார்வையாளனின் பங்கெடுப்பே எனது படங்களின் நான் விரும்புகிற ஒன்று' என்று சாய் மிங்லியான் சொல்கிறார். எனவே ஒரு விவரணையைப் பதிவு செய்வதற்காகக் காட்டப்படும் அண்மைக்காட்சியைத் தவிர்த்து அந்தக் காட்சியின் கால அளவைக் கோணம் மாற்றாமல் நீட்டிக்கும்போது உள்ளிருக்கும் விஷயங்கள் அனிச்சையாக உணரும் நிலையை வழங்குகின்றன. மேலும் இதே படத்தை இரண்டாவது முறை பார்க்கிற பார்வையாளனின் அனுபவத்தை யோசித்துப்பாருங்கள். எனவேதான் பல நல்ல படங்கள் முதல் பார்வையில் பலருக்குப் புரிவதில்லை. இரண்டாவது முறை மூன்றாவது முறை பார்க்கத் துவங்கும்போது அதிலிருக்கும் உள்ளடக்குகள் மெல்ல மலரத்துவங்குகின்றன. திரைப்படமும் ஒரு வாசிப்பு அனுபவம்போல மாறுகிறது.

அண்மைக்காட்சிகள் அழகானவை. இயல்பு வாழ்க்கையில் அரிதானவை என்பதால் கவர்ச்சியானவை. இந்தக் கவர்ச்சியின் காரணமாகவே அண்மைக்காட்சிகளின் ஊடகம் (Media of close ups) என்று வர்ணிக்கப்படுகிற தொலைக்காட்சியும், நுகர்பொருட்களின் சந்தைக்காக இயங்குகிற விளம்பரப் படங்களும் அண்மைக்காட்சிகளையே அதிகம் நம்பியிருக்கின்றன. அதன் கவர்ச்சியிலும் நுட்பத்திலும் பொதுமக்களை அது வசீகரிக்கிற வேகத்தையும் பார்த்து அதன் ஆதிக்கத்திற்கு மயங்குகிற திரைப்படம் தன் அகன்ற திரையின் காட்சிவலிமையை மறந்து முகங்களை நம்பத்

துவங்குகிறது. காட்சி மொழியில் எப்போதும் பரந்த காட்சிகளே செவ்வியல்தன்மை வாய்ந்தவை. உதாரணத்திற்கு உலகின் சிறந்த நிழற்படங்கள் பெரும்பாலானவை பரந்த காட்சிகளால் ஆனவை. தாஸ்தாயேவ்ஸ்கி சொல்வதைப் போல 'எந்தப் புனைகதையை விடவும் வாழ்க்கை விசித்திரமானது'. அந்த வாழ்க்கை அதிகம் துண்டிக்கப்படாத நீண்ட காட்சிகளால் ஆனது.

எனவே அண்மைக்காட்சி திரைமொழிக்கு எதிரானதல்ல. சரியான இடத்தில் பயன்படுத்தும்போது அது மிக வலிமையானது. உதாரணத்திற்கு ஸ்வீடன் இயக்குநர் இங்க்மர் பெர்க்மனின் படங்களில் வரும் முகங்களின் அண்மைக்காட்சிகளைச் சொல்லலாம். திரைமுழுக்க நிரம்பியிருக்கும் அண்மைக் காட்சி ஒரு *mise-en scene* ஆக மாறும் அற்புதத்தையும் இவரது படங்களில் பார்க்கமுடியும். அது புதுவிதமான காட்சி அனுபவத்தைத் தருகிறது. அதுபோல் கார்ல் தியோடர் டிரேயரின் *The Passion of Joan of Arc (1928)* படத்தில் தொண்ணூறு சதவீதம் அண்மைக்காட்சிகளே பயன்படுத்தப்பட்டுள்ளன. இந்தப் படத்தின் காட்சிமொழியில் அண்மைக்காட்சி எவ்வளவு வலிமைமிக்கதாக இருக்கிறது என்பதைப் பார்க்கமுடியும். திரைமொழியில் ஒரு துண்டுக்காட்சி என்பது ஒரு சொல். ஒரு வார்த்தை. அந்தச் சொல்லின் வலிமையை ஒரு கவிஞன் உணர்வதுபோல இயக்குநர் உணரும்போது திரைமொழியின் புதிய சாத்தியங்கள் நிகழ்கின்றன. 'திரைப்படத்திலிருக்கும் பிம்பங்கள் அகராதியில் இருக்கும் வார்த்தைகளைப் போன்றவை. சரியான இடத்தில் சரியான உறவோடு பொருந்தாவிடில் அவற்றிற்கு எந்த வலிமையும் மதிப்பும் இல்லை' என்று ராபர்ட் பிரஸ்ஸான் எழுதுகிறார். அத்தகைய வலிமையையும் மதிப்பையும் அண்மைக்காட்சிகளின் கூர்மையையும் உணர்ந்து, கதையின் தன்மைக்கேற்ப அதிகம் துண்டிக்காத நீண்ட காட்சிகளின் வழியே திரைப்படத்தை யோசிக்கலாம். எழுபத்தைந்து வருட பயன்பாட்டில் கிட்டப்பார்வையுடன் எதையும் அணுகிப்பார்க்கும் குறைபாட்டை விடுத்து, முகங்களைக் கூண்டுக்குள் அடைப்பது போன்று திரைசெவ்வகத்திற்குள் அடைப்பதை மறந்து கொஞ்சம் விலகிநின்று, சுதந்திரமான திரைவெளியை அனுமதிக்கலாம். திரைப்படம் வெறும் கதையாலும் உரையாடல்களாலும் ஆனதல்ல, அது மௌனமும் அதனூடாக நகர்ந்துசெல்லும் காலமும் இணைவதன் வழியே நிகழும் அனுபவம் என்பதை உணரலாம். அந்த உணர்வோடு

திரைமொழியின் சொற்களை நேர்த்தியாகக் கையாள்வதன் வழியே ஒரு நல்ல திரைப்படத்தை முயற்சிக்கலாம். ஆசியக்கண்டத்தில் மிகச்சிறிய நாடுகள்கூட உலகத்தரத்தில் திரைப்படங்களை எடுக்கின்றன. நம்மால் ஏன் முடியாது?.

இந்தக் கேள்விதரும் நம்பிக்கையோடு சமரசம் கடந்த தரமான திரைப்படத்தை வரும் காலங்களில் எடுத்துப் பார்க்கலாம்.

shot- ஒளிப்பதிவுக் கருவியை ஒருமுறை இயக்கிக் காட்சிகளைப் பதிவுசெய்து நிறுத்த வேண்டும். இந்த இடைப்பட்ட நேரத்தில் பதிவான காட்சியே ஒரு ஷாட் என்று அழைக்கப்படுகிறது. இது இயக்குநர் மற்றும் ஒளிப்பதிவாளரின் விருப்பத்திற்கேற்ப ஒரு நொடியிலிருந்து ஒருமணிநேரம் வரைக்கும்கூட இருக்கலாம். ரஷ்ய இயக்குநர் அலெக்ஸாண்டர் சுக்ரோவ் இயக்கிய *Russian arc* என்ற ரஷ்யத் திரைப்படம் *92* நிமிடங்கள் ஒரே ஷாட்டில் எடுக்கப்பட்டது. காட்சியின் தேவை கருதி இது பலவகைகளாகப் பிரிக்கப்பட்டுள்ளது. தொலைவுக்காட்சி *(long shot)*, மத்திமக்காட்சி *(medium shot)*, அண்மைக் காட்சி *(close up)* என்றும் வெகு தொலைவுகாட்சி *(Extreme longshot)*, வெகு அண்மைக் காட்சி *(Extreme cloue up)*, மத்திம தொலைவுக் காட்சி*(mid long shot)*, அருகாமைக்காட்சி *(Close shot)* ஆகியன இதன் பிரிவுகள்.

Mise-en-Scene - பிரெஞ்சு சொல்லான இதற்கு 'ஒரு காட்சிக்குள் வைப்பது' என்ற பொருள்படும். இது நாடக இயக்குநர் காட்சிக்குத் தேவையான அனைத்தையும் மேடையில் வைப்பது என்பதற்காக ஏற்பட்டது. ஒரு தனிக் காட்சியை இயற்றி *(compose)* காட்சியைத் துண்டிக்காமல் அதற்குள் சகலமும் நிகழ - நடிகர்களின் உறவு, உள்ளிருக்கும் ஒளி, இருள், வண்ணம், கேமராவின் நிலை, அதன் காட்சிக்கோணம், அதன் இயக்கம் எல்லாம் ஒரே காட்சிக்குள் *(shot)* நடக்க அனுமதிப்பது.

பயன்பட்ட நூல்கள்:

Sculpting in time-Tarkovvky,

Notes on Cinematogrpahy-Robert bresson.

5c's of cinematography

0

4
தொலைக்காட்சியும் விளம்பரங்களும்

நாகரீகமும் தனிமையும் ஒருசேர வளரும் நிகழ்காலத்தில் தொலைக்காட்சி இல்லாத வீட்டினில் வசிப்பதை உங்களால் கற்பனை செய்ய முடியுமா? சமீப வருடங்களில் நாம் தொலைக்காட்சி பார்க்காத முழுநாட்கள் எத்தனை? மாலைப்பொழுதுகளிலும் ஞாயிற்றுக்கிழமைகளிலும் பண்டிகை தினங்களிலும் தொலைக்காட்சி பார்ப்பதென்பது பொதுவான குடும்பச் சடங்கென மாறிவிட்ட சூழலில் தொலைக்காட்சி பார்க்காமல் ஒருவர் தன் வீட்டில் தனித்திருப்பது என்பது சாத்தியமற்றதாகிவிட்டது. தொலைக்காட்சி பார்த்தலென்பது குளிப்பது, சாப்பிடுவது போன்ற தவிர்க்கமுடியாத தினக்கடன்களில் ஒன்றென மாறிவிட்ட நிலையில் தொலைக்காட்சி எனும் கருவி நாம் அனிச்சையாகவே பார்க்கப் பழகிவிட்ட, பார்க்காமல் இருக்கமுடியாத குடும்ப உறுப்பினராக மாறிவிட்டது. ஒருநாளில் தொலைக்காட்சிக்காக நாம் செலவழிக்கும் நேரம் நம் குழந்தைகளுக்காக அல்லது குடும்பத்தினருக்காகச் செலவழிக்கும் நேரத்தை விடவும் அதிகமானது. அப்படி தவிர்க்க முடியாத ஒரு சாதனம் நம் வீட்டின் நடுவே இருந்துகொண்டு நமது மனநிலையிலும் நமது குடும்ப உறவின் சாயையிலும் நிகழ்த்தும் வினைகள் குறித்து யோசிப்பதும் அரசியல் சமூகம் சார்ந்த நமது பார்வை, கலாசாரம் சார்ந்த நமது மதிப்பீடுகள், ரசனை சார்ந்த நமது தேர்வுகள் முதலானவற்றில் ஒரு தொலைக்காட்சி எத்தனை ரகசியமான சர்வாதிகாரத்துடன் நம்மை இயக்குகிறது என்பதை அறிய அது ஒளிபரப்பும் செய்திகளிலிருந்து

விளம்பரங்கள் வரை நுணுக்கமான சில அவதானிப்புகளை நிகழ்த்தவேண்டியிருக்கிறது. அவ்வாறு கவனிக்கையில் இரண்டு விஷயங்கள் பிரதானமாக முன் எழுகின்றன. ஒன்று தொலைக்காட்சி வழியே நிகழும் அரசியலின் விளம்பரம். இரண்டு விளம்பரங்களின் அரசியல்.

சமூகத்தில் மேல்தட்டு மக்களின் நுகர்பொருளாகக் கருதப்பட்ட தொலைக்காட்சிப் பெட்டி இன்று அரசாங்கமே இலவசமாக விநியோகிக்கிற வாக்குறுதிப் பொருளாக மாறியிருக்கிறதெனில் தொலைக்காட்சியின் ஆதிக்கம் எவ்வளவு தீவிரமான அரசியல்தன்மை வாய்ந்தது என்பதை உணர முடியும். சாதாரண கருவியாக வீட்டுக்குள் நுழைந்த தொலைக்காட்சி இன்று சமூகத்தின் போலியான மனசாட்சியாகவும் தணிக்கை செய்யப்பட்ட பொய்களை, உண்மைகளெனக் காட்டுவதன் மூலமும் உண்மைகளைப் பொய்களென ஒளிபரப்புவதன் மூலமும் இயல்புக்கு மாறான ஆனால் முழுக்க நம்பகத்தன்மை வாய்ந்த கற்பனை உலகத்தை உருவாக்குகிறது. சமீப காலங்களில் பதிப்பகத் துறையில் இருப்பவர்கள் தாங்கள் வெளியிடும் புத்தக விமர்சனங்களுக்காகவும் விளம்பரங்களுக்காகவும் ஒரு பத்திரிகை நடத்துவது அவசியமாகியிருப்பது போல அரசியல் கட்சி நடத்துவதற்கு ஒரு தொலைக்காட்சி அலைவரிசை அவசியமாகியிருக்கிறது. ஏன்? இந்தக் கேள்வியின் பின்னிருக்கும் பதிலில் தொலைக்காட்சியின் வலிமையையும் அது தனது நிகழ்ச்சிகளையே நுட்பமான கொள்கை விளம்பரங்களாக மாற்றும் தந்திரமும் தெரியவரும்.

காட்சிகளால் ஒரு பொய்யை சித்திரிப்பதன் வழியே அதை உண்மையென நிறுவ முடியும். ஒரு காட்சிக்கு யதார்த்தத் தன்மையை உருவாக்கும் விசேஷத்தன்மை உண்டு என்பது நிரூபிக்கப்பட்ட உண்மை. இதையே காட்சி யதார்த்தம் என்கிறோம். ஒரு சாதாரண மனிதரை, பிச்சைக்காரரைப் போல வேஷமிட்டு குப்பைத்தொட்டி அருகே உட்கார வைத்து நிழற்படக் கலைஞரால் அந்தக் காட்சியைப் படம் எடுப்பதன் மூலம் அந்த மனிதரை அசல் பிச்சைக்காரனாகக் காட்டிவிட முடியும். திரைப்படங்கள் இதை அடிப்படையாகக்கொண்டே புனைவின் வழியே யதார்த்தத்தை உருவாக்குகின்றன. ஒரு நிழற்படத்தில் அதன் பின்புலமாக இருக்கும் குப்பைத்தொட்டி, அழுக்கு, சாக்கடை முதலான நாம் கண்ணால் காண்கிற

யதார்த்தக்கூறுகள் ஒரு நிஜத்தன்மையைத் தோற்றுவிக்கின்றன. இந்த யதார்த்தமான பின்னணிக் கூறுகளால் அந்தப் புகைப்படத்தின் புனைவுத்தன்மையின் மீது எந்தச் சந்தேகமும் வராத அளவுக்கு அந்தக் காட்சி யதார்த்தமாக மாறுகிறது. பின்னணி சார்ந்த தகவல்கள் நிஜமாக இருப்பதால் காட்சிக்குள் இருக்கும் மனிதனின் அகவயம் சார்ந்த நடிப்பு நம் கண்களை எட்டுவதில்லை. எதிரில் இருக்கும் காட்சியைத் திரித்துக்காட்ட முடியாத தன்மை நம் கண்களைப் போலவே கேமராவுக்கும் இருப்பதால் பெரும்பாலான நேரங்களில் காட்சியின் யதார்த்தத்தன்மை மீது நம் தர்க்கமனம் செயல்படுவதில்லை. எனவே நாம் பார்க்கும் காட்சியை அப்படியே நம்புவதற்குப் பழகியிருக்கிறோம்.

கண்களால் பார்க்கிற காட்சியை உண்மை என்று நம்பக்கூடாது அதில் திரிபுகள் இருக்கலாம் என்பதை நமக்கு உணர்த்துவதற்காகவே ‘கண்ணால் காண்பதும் பொய்’ என்ற பழமொழி வழக்கில் இருக்கிறது. இது காட்சிரீதியான சந்தேகத்தை நம்முன் வைக்கிறது. பாரதிகூட காட்சிப் பிழைதானோ என்ற பிரயோகத்தின் மூலம் இதைக் கவிதையாக எழுதிப்பார்க்கிறார். ‘கண்ணால் காண்பதும் பொய்’ என்ற அந்தப் பழமொழி ‘காதால் கேட்பதும் பொய்’ என்று தொடர்கிறது. நாம் கேட்கிற சத்தத்தையும் பழமொழி கேள்விக்குள்ளாக்குகிறது. ‘தீர விசாரித்து அறிவதே உண்மை’ என்று பழமொழி முடிகிறது. இந்தப் பழமொழி காட்சி மீதும் சத்தம் மீதும் உண்டாக்கும் சந்தேகத்தைக் காட்சி, சத்தம் இரண்டையும் கலந்து இயங்கும் தொலைக்காட்சியின் மீது பிரயோகப்படுத்திப் பார்க்கலாம். இரண்டும் பொய் எனில் தீரவிசாரித்து அறியவேண்டும். துரதிஷ்டம் என்னவெனில் இந்த விசாரித்து அறிகிற வாய்ப்பைத் தொலைக்காட்சி நமக்கு வழங்குவதில்லை. உதாரணத்திற்கு ஒரு தொலைக்காட்சியில் வருகிற செய்தியை எடுத்துக்கொள்ளலாம். அந்தச் செய்திகள் உண்மைதான். ஆனால் எந்த அளவு உண்மை என்பதை அறிய அந்தத் தொலைக்காட்சியின் அரசியல் தன்மையைச் சாராத வேறோரு தொலைக்காட்சியின் செய்திகளைப் பார்க்க வேண்டும். அந்தத் தொலைக்காட்சியும் தனக்கென அரசியல் சார்பினைக் கொண்டிருப்பதால் உண்மை அங்கும் தேர்தெடுத்த கோணத்திலிருந்தே செயல்படுகிறது.

கண்ணிழந்த நால்வர்கள் யானையைத் தொட்டுப் பார்த்துச் சொன்ன தகவல்களெனத் தொலைக்காட்சிகள் அவரவர் கோணத்திற்கும் ஏற்ப ஒரு தகவலைப் பொய் என்று மறுக்க முடியாத அளவுக்கு உண்மையைப் பல நறுக்குகளாக முன்வைக்கிறது. கண்ணிழந்தவர்கள் சொல்லும் யானை பற்றிய தகவல்கள் அவரவர் கோணத்தில் தர்க்கரீதியாகச் சரியாக இருந்தபோதும் உண்மை மொத்தத்தில் வேறாக இருப்பதுதான் துரதிர்ஷ்டம். எனவே செய்திகள் தமது கோணமாக உண்மையின் ஒரு பகுதியை மட்டும் வெளியிடுகின்றன. நாம் இயங்கிக்கொண்டிருக்கும் அவசரயுகத்தில் அந்த உண்மையைக் குறித்துச் சந்தேகிப்பதற்கோ விசாரிப்பதற்கோ அவகாசம் ஏதும் இல்லாத நிலையில், நம் சோம்பேறித்தனத்தினால் ஏதாவது ஓர் அலைவரிசையுடன் உடன்படவேண்டிய கட்டாயம், தொடர்ந்து பார்க்கும் பழக்கத்தின் வழியே நமக்குள் தொற்றிக் கொள்கிறது. ஏனெனில் எதையாவது சந்தேகிப்பதைவிட, ஒத்துக்கொள்வதும் உடன்படுவதும் நமக்கு வசதியானவை. மேலும் வாழ்க்கையின் ஸ்திதியில் தவிர்க்கமுடியாமல் இணைந்துவிட்ட ஒரு சாதனத்தின் செயல்பாடுகளைத் தொடர்ந்து சந்தேகிப்பதும் கேள்வி கேட்பதும் சராசரியான மனித மனத்திற்கு இயலாத செயல். எனவே இதைச் சாதகமாகக்கொண்டு, செய்திகளெனச் சொல்லப்படும் புனைவுகளின் வழியே கொள்கை சார்ந்த விளம்பரம் தந்திரமாக நடக்கிறது. இந்த விளம்பரங்களின் வழியே, கட்சி சார்ந்து மக்களின் நன்மதிப்பையும் நம்பிக்கையையும் தக்கவைத்துக் கொள்ளமுடியும் எனில் தேர்தல் சமயத்தில் அதனை ஓட்டாக மாற்றிவிடுவதும் எளிதானதாக இருக்கும். இவ்வாறு உண்மையைச் சற்று கோணம் மாற்றித் திரித்து தமக்குச் சாதகமாக மாற்றுவதன் மூலம் அரசியல் விளம்பர ஊடகமாக தொலைக்காட்சி இயங்குகிறது.

பிரெஞ்சு சிந்தனையாளரான ரோலான் லார்தின்வா இதையே வேறொரு விதமாகச் சொல்கிறார். 'கருத்து வேறுபாடுகளை முழுதுமாக இருட்டடிப்பு செய்யமுடியாது என்ற தருணங்களில் (உதாரணமாக பெருவாரியான மக்கள் பார்க்கும் தினசரிச் செய்தி ஒளிபரப்பில்) குறைத்துச் சொல்லும் பாணியில் அந்த வேறுபாடுகள் அளிக்கப்படுகிறது' என்கிறார். இவ்வாறு குறைத்துச் சொல்வதன் மூலம் தவிர்க்க முடியாத ஒரு விஷயத்தின் முக்கியத்துவத்தைக் குறைத்து அதன்மீது பெரிய கவனம் ஏற்படுத்திவிடாமல் புறக்கணித்துவிடுவது. இதன்மூலம் தமக்கு

எதிரான செய்திகளையும் ஒளிபரப்புவதாக ஒரு தோற்றத்தை ஏற்படுத்தி ஒரு நடுநிலையான இடத்தில் இருப்பதாக மக்களை நம்ப வைப்பது, அதே செய்தியை அதிகம் காட்டாமல், தந்திரமான தணிக்கை வழியே அரசியல் சார்ந்த தனது சாய்வு நிலையையும் மறைமுகமாக உறுதிப்படுத்திக்கொள்வது என்ற இரண்டு நிலையிலும் ஒரு தொலைக்காட்சி தமக்குச் சாதகமாக இயங்குகிறது. தினமும் வெவ்வேறு அலைவரிசைகளில் ஒளிபரப்பாகும் விதவிதமான தலைப்புச்செய்திகளை மட்டும் பார்த்தால் எந்தவிதமான செய்திகளை ஒவ்வொரு தொலைக்காட்சியும் முக்கியத்துவப்படுத்துகிறது என்பதைக் கவனிக்க முடியும். அவை சார்புடைய அரசியல் தன்மைக்கேற்ப செய்திகளின் முக்கியத்துவம் வேறுபடுவதையும் கவனிக்கமுடியும்.

மேலும் சில நேரடி ஒளிபரப்புகளில் குறிப்பாகச் சட்டப் பேரவை நிகழ்ச்சிகளிலோ அல்லது நகர் மன்றத்தின் கூட்டக்காட்சிகளையோ ஒளிபரப்பும்போது நடந்த விஷயத்தின் சண்டைகளை மறைத்து ஒவ்வொருவரும் தனக்குச் சாதகமான கோணத்தைத் தேர்ந்தெடுப்பதன் மூலம் உண்மையை எப்படிக் கூறுகள் இட்டுப் பயன் படுத்திக்கொள்கிறார்கள் என்பது புரியவரும். ஓர் எழுத்தாளர் சொல்லை தனது ஆளுமைக்கேற்ப பயன்படுத்துவதைப் போலவே காட்சிமொழியில் ஒரு துண்டுக்காட்சியின் (*shot*) பயன்பாடு இருக்கிறது. காட்சி நடக்கும் இடத்தை 360 பாகை கோணத்தில் சுற்றி வரும்போது ஒவ்வொரு கோணத்திலும் அந்த இடத்தின் ஒளியின் தன்மையும் நிலவியல் சார்ந்த அதன் அமைப்பும் (*perspective*) மாறுகிறது. அதுபோல் எந்தச் செயலுக்கும் வாதி, பிரதிவாதி, செயல், எதிர்செயல் என்ற விஷயங்கள் இருக்கின்றன. இதில் நாம் வசதியான கோணத்தைத் தேர்ந்தெடுப்பதன் மூலம் ஒருசெயலை எதிர் செயலாக மாற்றமுடியும். ஒருவரது வாதத்தைப் பதிவு செய்யாமல் எதிராளியின் வாதத்தை மட்டும் பதிவு செய்வதன் மூலம் நடந்ததற்கு தொடர்புடைய ஆனால் நிஜத்திற்குத் தொடர்பில்லாத ஒரு நிகழ்ச்சிக் கோவையை உருவாக்க முடியும். பாபர் மசூதி இடிப்பின் போதும், குஜராத் கலவரங்களின்போதும் செய்திகளில் வெளியான காட்சித்தொகுப்புகளில் உண்மை எந்த அளவுக்கு இருந்தது? பெரும்பாலான ஜாதிக்கலவரங்களில் இன்றைக்கும் ஆதிக்க சாதிகளின் ஓட்டுவங்கியை கவனத்தில் கொண்டுதான் காட்சித்தொகுப்புகள் வெளியாகின்றன. எந்தக் காட்சியும் படத்தொகுப்பு (*editing*) எனப்படும்

செயலின் கீழ் தொகுக்கப்படும்போது அது தொகுப்பவரின் புனைவாக மாறுகிறது. இத்தகைய படத்தொகுப்பு எனும் செயல் காட்சியின் நேர அளவை மாற்ற, காட்சிக்குள் ஒருமையையும் இசைவுத்தன்மையையும் ஏற்படுத்தவே உருவாக்கப்பட்டது. ஆனால் படம் பிடிக்கப்பட்ட யதார்த்தத்தில் ஒரு தொலைக்காட்சி தனது சார்பு நிலையுடன் எதைத் தனது வையாளர் பார்க்கவேண்டும் என்று முடிவு செய்கிறதோ அதை மட்டுமே தொகுத்து ஒளிபரப்புகிறது. உண்மையின் வீரியம் தணிக்கப்பட்டு அவர்களுக்குச் சாதகமான விஷயமே வெளியாகிறது. அச்சு ஊடகங்களும் இதனையே செய்கின்றன என்றபோதும் தொலைக்காட்சி வழியே நிகழும் காட்சிரீதியான தாக்கமும் வீச்சும் மிக வலிமையானது.

தமிழக அரசியலில் நடந்த இரண்டு நிகழ்வுகள் காட்சிரீதியாக மக்கள் மனத்தில் ஏற்படுத்திய தாக்கங்களை உதாரணமாகப் பார்க்கலாம். ஒன்று; எம்ஜிஆர் உடல்நலமில்லாது இருந்தபோது அவரது செயல்பாடுகளை நமக்குக் காட்டிய ஒரு வீடியோ தொகுப்பு, இரண்டு: முதல்வர் கருணாநிதி காவலரால் வீடு புகுந்து தாக்கப்பட்ட ஒரு காட்சித்தொகுப்பு. இந்த இரண்டு காட்சித் தொகுப்பும் மனரீதியாகத் தமிழ்ச் சூழலில் தேர்தல் நேரத்தில் பெரிய பாதிப்பை ஏற்படுத்தும் விளம்பரங்களாக அமைந்தன. இரண்டும் உண்மைச் சம்பவங்களின் தொகுப்புதான் என்றபோதும் கண்ணால் காண்பது பொய், காதால் கேட்பதும் பொய் என்ற பழமொழியைப் பிரயோகித்து சந்தேகத்துடன் அதைத் தீர விசாரித்து அறிகிற வாய்ப்பினை யாரும் யோசிக்க அனுமதிக்கப்படவில்லை. ஏனெனில் தணிக்கை விதிகள் இன்றுவரை தொலைக்காட்சிக்கெனத் தனியாக இல்லை. எனவே ஒரு தொலைக்காட்சி ஒளிபரப்பும் செய்தி தொகுப்புகளின் காட்சி மூலம் (*Source material*) குறித்து விசாரித்துத் தணிக்கைக்கு உட்படுத்துகிற சட்டங்கள் நம்மிடம் இல்லை. எனவே உண்மை என்று எதனையும் நாம் ஒளிபரப்ப முடியும். சதாம் உசேன் தூக்கிலிடப்படுவதையும் தீவிரவாதிகள் பிணையக்கைதிகளின் தலையை வெட்டுகிற நேரடியான காட்சிகளையும் நாம் நம் குழந்தைகளுடன் அமர்ந்து செய்தியாகப் பார்த்து ரசிக்க முடியும். இதில் எது புனைவு, எது உண்மை அல்லது எவ்வளவு புனைவு எவ்வளவு உண்மை என்பதை அறியும் வாய்ப்புகள் இன்னும் ஏற்படவில்லை. அமெரிக்காவில் இரட்டைச் கட்டடங்கள் தகர்க்கப்பட்ட செய்தி தொலைக்காட்சியில் வரும் போதுகூட

இது ஏதோ கிராபிக்ஸ் வித்தையாக இருக்கக் கூடும் என்று பாதி அமெரிக்க மக்கள் நம்பும் அளவுக்கே தொலைக்காட்சி செய்தியின் நம்பகத்தன்மை இருக்கிறது.

எதிரில் நடக்கிற ஒரு காட்சியை ஒளிப்பதிவாளர் தனது சார்பு நிலையைக் கருத்தில் கொண்டு படம் பிடித்தால் தான் விரும்புகிற விளைவை ஏற்படுத்திவிட முடியும் என்பதே நடைமுறை உண்மை. இன்னொன்று இவ்வாறு செய்திக்காகப் படம் பிடிக்கப்பட்ட காட்சியின் இடையில் நாம் விரும்புகிற ஒரு காட்சியையோ சத்தத்தையோ இடைச்செருகலாகச் சேர்க்க முடியும் என்கிற தொழில் நுட்பத்தை அப்பாவி மக்கள் பலர் அறிவதில்லை. மேலும் இவ்வாறு தயாரிக்கப்பட்ட படத்தைப் படத்தொகுப்பு செய்யும் விதத்தில் நடந்த விஷயத்தின் தன்மையையே மாற்றி அமைக்க முடியும். திரைமொழியில் படத்தொகுப்புக்கென்று அற்புதமான சாத்தியங்கள் இருப்பதைக் குறித்துப் பார்த்தோம். அத்தகைய திரைப்படத்திற்கான படத்தொகுப்புக் கூறுகளை ஒரு செய்திப்படத்தின் உண்மைத் தன்மையோடு பொருத்தும்போது மக்களின் நம்பகத்தன்மையில் அது ஏற்படுத்தும் விளைவு அசாத்தியமானதாக இருக்கிறது. அரசியல்வாதிகளும் தொலைக்காட்சியும் சேர்ந்து செய்த கூட்டுக் கண்டுபிடிப்பென இதனைச் சொல்லலாம். மேற்சொன்ன இரண்டு காட்சித் தொகுப்புகள் இந்த உத்திகளுடன் உருவாக்கப்பட்டுத் திரும்பத்திரும்ப பயன்படுத்தப்பட்டதன் மூலம் மக்களின் மனநிலையில் ஏற்பட்ட பாதிப்புகள் நாம் அறிந்ததே. இதுவே காட்சியின் வலிமையாகவும் இருக்கிறது. இந்தக் காட்சி வலிமையின் சூக்குமத்தை ஒவ்வொரு தொலைக்காட்சியும் ஒவ்வொரு விதத்தில் தாங்கள் சார்ந்த நிறுவனங்களை விளம்பரப்படுத்திக் கொள்ளப் பயன்படுத்துகின்றன. எனவே தொலைக்காட்சியின் செய்தி என்பது எப்போதும் புனையப்பட்ட உண்மையின் ஒரு பகுதியாகவே இருக்கிறது. தங்கள் புனைவை மறைத்துச் செய்தியின் உண்மை நிலையைக் காட்ட ஒவ்வொரு செய்தித்தொகுப்பிலும் நிஜ மனிதர்கள் திரையில் தோன்றித் தங்கள் பிரச்சினைகளைக் கண்ணீர் மல்கச்சொல்கிறார்கள். சில உண்ணாவிரதங்கள் சில சாலை மறியல்கள். அதில் வரும் மனிதர்கள் தங்கள் தலை தெரிந்த மகிழ்ச்சியில் கூச்சலிடுகிறார்கள். இத்துடன் அன்றைய சாலை விபத்துக்களும் கோரமான மரணங்களும் உயிரிழப்புகளும் காட்டப்படுகின்றன. இவற்றை நீங்கள் முகம் சுழித்து நம்பும்போது முன் சொன்ன

நளினமான புனைவுகளும் இந்தக் கோர விபத்தின் நேரடியான காட்சி யதார்த்தங்களுடன் இணைகையில் மொத்தத்தில் செய்தித்தொகுப்பு உண்மைக்கான நம்பகத் தன்மையை எளிதில் பெற்றுவிடுகிறது.

புகழ்பெற்ற அமெரிக்கப் படமான சிட்டிசன் கேன் படத்தில் பத்திரிகை முதலாளியாக வரும் கதாநாயகன் 'மக்கள் என்ன யோசிக்கவேண்டும் என்று தீர்மானிக்கவைப்பதே என்னை மாதிரி பத்திரிகை அதிபர்கள்தான்' என்று சொல்லுவான். அதுபோல மக்கள் மனநிலையைத் தீர்மானிப்பதில் அவர்கள் என்ன எதிர்வினை செய்யவேண்டும் என்பதை வடிவமைப்பதில் தொலைக்காட்சிகள் பெரும் பங்கு வகிக்கின்றன. மக்கள் எது குறித்துக் கோபப்பட வேண்டும், எது குறித்துக் கருத்துச் சொல்ல வேண்டும், எதை ரசிக்க வேண்டும், எதைப் புறக்கணிக்க வேண்டும் என்பதைத் தொலைக்காட்சிகளே தீர்மானிக்கின்றன. எந்த அலைவரிசையை மாற்றினாலும் தொலைக்காட்சியின் இந்தத் திட்டத்திலிருந்து நீங்கள் தப்பமுடியாது. இதனுள்ளிருக்கும் சர்வாதிகாரம் நம் கண்களுக்குப் புலப்படாதது.

உதாரணத்திற்கு ஒரு சோதனை செய்து பார்க்கலாம். நீங்கள் கடைசியாக எந்தக் கட்சிக்கு வாக்களித்தீர்கள்? நீங்கள் என்ன சோப் உபயோகப்படுத்துகிறீர்கள்? உங்கள் வீட்டுச் சலவைப் பொடியை எப்படித் தேர்வு செய்தீர்கள்? உங்கள் உடையை எந்தக் கடையில் வாங்கினீர்கள்? சமீபத்தில் நீங்கள் பார்த்த திரைப்படம் எது? அதைப் பார்க்கலாம் என்று உங்களுக்குத் தோன்றியது ஏன்? இந்தக் கேள்விகளுக்கான பதில்களில் தொலைக்காட்சி நேரடியாகவோ மறைமுகமாகவோ சம்பந்தப்பட்டிருக்கிறது. இப்படி நம்மைச் சுற்றி இருக்கிற பொருட்கள், உங்களின் ரசனை, எண்ணம் இவை எல்லாவற்றையும் ஒருமுறை உற்று நோக்கினால் அதில் இருக்கும் தொலைக்காட்சியின் தாக்கத்தை வெட்கத்துடன் நாம் ஒத்துக்கொள்ளத்தான் வேண்டும். நாம் தொலைக்காட்சியை விரல்நுனியில் இயக்குவதாக நம்புகிறோம். ஆனால் அரசியல்வாதிகளின் எண்ணங்களும் முதலாளிகளின் வியாபாரத் தந்திரங்களும் சேர்ந்து தொலைக்காட்சியே நம்மை இயக்கும் விதமாக மாற்றியிருக்கிறார்கள். நாம் தொலைக்காட்சியின் அடிமைகளாக இருக்கிறோம். தன் பார்வைப் புலத்திலிருந்து தப்பமுடியாத அளவுக்கு நீங்கள் எங்கு சென்றாலும் அது ஏதாவது ஒரு வடிவத்தில் உங்களைத்

தொடர்கிறது. ஒரு பேருந்து நடத்துநர் பேருந்தில் இருக்கும் மனிதத் தலைகளைப் பயணச்சீட்டுகளாகக் கணக்கெடுப்பதைப் போல தொலைக்காட்சியின் பார்வையில் நாம் ஒருவரும் அது வாங்கச் சொன்னதை வாங்கவும் பார்க்கச் சொல்வதைப் பார்க்கவும் செய்யும், நுகரும் அடிமைகளாகவே (*consuming slaves*) இருக்கிறோம். இவ்விதமாகத் தொலைக்காட்சி, காட்சி யதார்த்தத்தின் மூலம் தோன்றும் நம்பகத்தன்மையை அடிப்படையாகக்கொண்டு தான் சார்ந்த அரசியலையும் தனக்குச் சாதகமான விஷயங்களையும் மெல்ல நமக்குள் செலுத்துவதன் மூலம் 'தொலைக்காட்சி வெளியிலிருந்து இயங்குகிற சமூகத்தின் மனசாட்சி' என்ற நம்பிக்கையைத் ஏற்படுத்திவிட்டது. நாமும் அதன் அபிப்பிராயங்களில், பொழுது போக்குத் தேர்வுகளில் மெல்ல மயங்கி நமது சுயத்தையும் தர்க்க அறிவு சார்ந்த கேள்விகளையும் மெல்ல இழக்கத் துவங்கியிருக்கிறோம்.

மேலும் 'தொலைக்காட்சி என்பது சுயமோகிக்கான ஒருவித நார்சிஸஸ் கண்ணாடியாக, சுய மோகத்தைக் காட்சிப்படுத்துவதாக மாறிவிட்டது' என்று சொல்லும் பிரெஞ்சு சமூகவியல் சிந்தனையாளரான பியர் பூர்தியூவின் கூற்றையும் விவாதித்துப் பார்க்க முடியும். தினமும் தொலைக்காட்சியில் நேர்காணலுக்காகவும் நிகழ்ச்சிகளுக்காகவும் தோன்றுகிற பலரும் யார்? அவர்கள் உண்மையிலேயே சாதனையாளர்களா? இதையே பியர் பூர்தியு, 'சமூகவியலாளர், எழுத்தாளர், தத்துவவாதி என்று தங்கள் துறைக்கே உரித்தான வரையறையின்படி அந்தத் துறைக்கான நுழைவுத் தகுதியைப் பெறுவதற்கு எதுவும் செய்யாதவர்களுக்குச் சமூகவியலாளர் என்றோ, எழுத்தாளர் என்றோ அல்லது தத்துவவாதி என்றோ அங்கீகாரம் அளிக்க தொலைக்காட்சியால் முடிகிறது' என்று எழுதுகிறார். இவ்வகையில் ஒரு பிரச்சினை குறித்து யார் யாரெல்லாம் கருத்து தெரிவிக்கிறார்கள், நேர்காணலில் கலந்துகொள்கிறார்கள் என்று பட்டியலிட்டால் ஊடகத்தைச் சார்ந்து இயங்குகிற மேலோட்டமான எழுத்தாளர்களையும் பேச்சாளர்களையும் நேர்காணலுக்கான பதில்களுடன் தொலைக்காட்சிப் புகழுக்காகக் காத்திருப்பவர்களின் பட்டியலையும் நாம் கண்டுகொள்ள முடியும். மேலும் இத்தகைய நேர்காணலில், விவாதங்களின் வழியே நாம் அறிந்துகொள்வது என்ன? அந்த நிகழ்ச்சியைப் பார்க்காமலிருந்தால்கூட நம் அறிவு நிலையில் எந்த

மாற்றமும் ஏற்பட்டு விடாது என்பதே உண்மையாக இருக்கிறது. எனினும் தொலைக்காட்சி தனது நிகழ்ச்சித் தேவைக்காக மேலோட்டமான பலரைத் தகுதியுள்ளவர்களாக விளம்பரம் செய்கிற வேலையைத் தொடர்ந்து செய்கிறது. ஏனெனில் ஒவ்வொரு நொடியும் பணமாக மாற்றப்படும் தொலைக்காட்சித் தொழிலில் சில விளம்பரங்களை இடையிடையே ஒளிபரப்ப ஒரு நிகழ்ச்சி தேவையாய் இருக்கிறது. அதற்கு அவர்கள் தீர்மானிக்கும் விஷயம் குறித்து மேலோட்டமாக எந்தச் சார்பும் இல்லாமல் பேசுவதற்குச் சிலர் தேவைப்படுகிறார்கள். அவர்களும் எதையாவது ஆக்கப்பூர்வமாகச் சொல்வதை விடுத்து வழங்கப்படும் நிமிடங்களுக்குள் தங்களை விளம்பரப் படுத்திக்கொள்ளும் ஒரு சந்தர்ப்பமாகவே அதனைக் கருதுகிறார்கள்.

சில செய்தித்தொகுப்புகள் தெருவிலிருக்கும் சாமானிய மக்களிடம் கருத்துக்கேட்டு ஒளிபரப்புகின்றன. விலைவாசி உயர்வு, எரிபொருள் தட்டுப்பாடு, ஆகியவை குறித்துப் பல செய்தித்தொகுப்புகளில் சாலையோரத்தில் எதிர்ப்படும் பொதுமக்கள் தங்கள் கருத்துகளைத் தெரிவிக்கிறார்கள். இத்தகைய பேசும் முகங்களைத் தேர்ந்தெடுப்பதிலும் சூக்குமமான அரசியல் இயங்குவதை இத்தகைய செய்தித்தொகுப்புகளைத் தொடர்ந்து பார்க்கிற யாரும் உணர்ந்துகொள்ள முடியும். மேலும் சாமானியர்களும் தங்கள் கருத்துகளைச் சொல்லும்விதமாக நாங்கள் இயங்குகிறோம் என்கிற தோற்றத்தை ஏற்படுத்துவதன் மூலம் தொலைக்காட்சி மக்களுக்கு நெருக்கமானது எனும் படிமத்தை (*image*) ஏற்படுத்துகிறது. தொலைக்காட்சி மக்களுக்கு நெருக்கமானதெனில் சாமானியராக இருக்கும் எவரும் தாம் சொல்ல விரும்பும் கருத்தைஃ தொலைக்காட்சியில் பதிவு செய்துவிடமுடியுமா? அப்படியே பேச சந்தர்ப்பம் கிடைத்து, சமூகம் மீதும் அரசியல் மீதும் சொல்ல நினைக்கிற செய்திகளை ஒருவர் சொன்னால் அது ஒளி பரப்பாகுமா? அத்தகைய ஜனநாயகத்துடன் பொதுமக்களின் கருத்தை ஒளிபரப்புகிற திறந்த நிலையில் தொலைக்காட்சிகள் இயங்குகின்றனவா? பிறந்தநாளின்போது உங்கள் குழந்தைகளின் முகத்தைத் தொலைக்காட்சி காட்டுவதாலும் பிரச்சினைகள் வரும்போது தனது செய்தித்தொகுப்பின் சாராம்சத்துக்கு ஆதரவாகப் பேசுகிற சிலரைச் சாலையோரம் தேர்ந்தெடுப்பதன் மூலமும் ஒரு தொலைக்காட்சி நட்புடன் இயங்குகிற சாதனமாகிவிடுமா?

இவ்வாறு சாமானிய மக்களின் பங்களிப்பையும் அவ்வப்போது சேர்த்துக்கொள்வதன் மூலம் கிடைக்கும் நம்பகத்தன்மையையும் தங்களின் அரசியல் நிலைப்பாடு சார்ந்த விளம்பரமாக மாற்றுவதே இதன் உள்ளிருக்கும் தந்திரம். உண்மையைச் சொல்லும் செய்திகளின் நிலை இதுவெனில் புனைவாக ஒளிபரப்பாகும் நேரடியான விளம்பரங்களுக்குள் இயங்கும் அரசியல் இன்னும் நுட்பமானது. அது நேரடியான பொய்களின் வழியே நம் உணர்வு நிலை கடந்த கனவுத் தன்மையை, ஆழ்மன மயக்கத்தை ஏற்படுத்தி நம்மைச் சுரண்டத் துவங்குகிறது.

ஒருவர் தொலைக்காட்சியின் செய்திகளைப் புறக்கணித்தாலும் அவரைக் காட்சிவழியே வயப்படுத்த வேறு நிகழ்ச்சிகள் தொலைக்காட்சி வசம் இருக்கின்றன. ஒரு நாளில் ஒரு தொலைக்காட்சியின் நிகழ்ச்சி நிரலை ஆராய்ந்தால் அதில் சகல வயதினருக்குமான நிகழ்ச்சிகள் பார்ப்பவரின் வேலை நேரத்திற்கேற்ப தொகுக்கப்பட்டிருப்பதைக் கவனிக்க முடியும். பொதுவாகத் தொலைக்காட்சிகளின் செய்திநேரம் குடும்பத் தலைவர்களின் வேலை நேரத்தையும் முற்பகல் தொடங்கி பின்மதியம் வரையிலான தொடர்கள், சமையல் குறிப்புகள், அழகுக்குறிப்புகள் முதலான நிகழ்ச்சிகள் வீட்டில் இருக்கிற பெண்களைக் குறிவைத்தும் மாலைப்பொழுதில் பள்ளிக் குழந்தைகளுக்கான நிகழ்ச்சியையும் பிறகு இரவில் குடும்பத்துடன் சேர்ந்து பார்க்ககூடிய சகலரையும் கவரும் போட்டிகளும் பணத்தையும் பரிசுகளையும் அள்ளித்தரும் நிஜக்காட்சிகளும் *(Reality show)* முதன்மை நேர *(Prime time)* நிகழ்ச்சிகளாக ஒளிபரப்பாகின்றன. இந்த நேரப்படி பிரிக்கப்பட்ட நிகழ்ச்சிகளின் தன்மைக்கேற்பவே அதில் வெளியாகும் விளம்பரங்களின் தன்மையும் இருக்கிறன. வீட்டு வசதி, வாகனம், வங்கிக் கடன்கள், காப்பீட்டு வசதிகள், முதலான விளம்பரங்கள் ஆண்களுக்கான நிகழ்ச்சியின் இடையிலும் அழகு சாதனங்கள், சமையல் பொடிகள், குழந்தை நலன் மற்றும் வீட்டு நலன் சார்ந்த நுகர்பொருட்களைப் பெண்களுக்கான நிகழ்ச்சியின் இடையிலும் உணவு, சாக்லேட், தின் பண்டங்கள், சத்துமிக்க பானங்கள் முதலான விளம்பரங்கள் குழந்தைகளுக்கான நிகழ்ச்சிகளின் இடையிலும் அதிகம் வெளியாவதைக் கவனித்துப்பார்த்தால் புரிந்துகொள்ள முடியும். முதன்மை நேரங்களில் இந்த விளம்பரங்கள் அனைத்தும் கலந்து வெளியாகின்றன.

இத்தகைய விளம்பரங்கள் தங்கள் உள்ளடக்கம் சார்ந்து இரண்டு வகையாகப் பிரிகின்றன. ஒன்று 'நாங்க வாங்கிட்டோம். நீங்க வாங்கலையா' என்று நேரடியாக வாங்கச்சொல்லி நிர்பந்திப்பவை. இரண்டாவது வகை விளம்பரங்கள் அழகிய காட்சிகளை வரிசைப்படுத்திக் கடைசியில் வெறும் பெயரை மட்டும் சொல்லி நாசூக்காக முடிபவை. பொதுவாக இரண்டு வகையான விளம்பரங்களும் தாங்கள் எந்த வகையான நுகர்வோரைக் குறி வைக்கிறார்களோ அவர்களின் ரசனைத் தளத்தை முன்யோசித்து உருவாக்கப்படுகின்றன. ஜவுளி மற்றும் நகைக்கடை விளம்பரங்கள் பெரும்பாலும் நடுத்தர அல்லது அதற்கும் கீழே உள்ள மக்களைக் கவர நினைப்பதால் கடையின் பெயரையும் பெருமையையும் நேரடியாகச் சொல்லிப் பிரபலமான பெண்கள் குதித்து ஆடுகிற விளம்பரங்களாக வெளியாகின்றன. அழகு சாதனங்கள், செல்போன், வாகனம் மற்றும் வீட்டுக் கடன்கள், வங்கிகளின் விளம்பரங்கள் நடுத்தரத்திற்கும் மேலேயுள்ள மக்களைக் குறிவைப்பதால் காட்சி அழகியலுடன் இயங்குகின்றன.

தொலைக்காட்சிகளின் அடிப்படையான வருமானமே விளம்பரங்கள்தான் என்பதால் விளம்பரங்களே ஒரு தொலைக்காட்சியின் பல விஷயங்களைத் தீர்மானிக்கின்றன. மக்கள் அதிகம் ஒரு நிகழ்ச்சியைப் பார்க்கிறார்கள் எனும்போது அந்த நிகழ்ச்சி விளம்பரங்களால் அதிகம் ஊக்குவிக்கப்படுகிறது. அல்லது ஒரு நிகழ்ச்சி அதிகம் பார்க்கப்படவேண்டும் என்று தொலைக்காட்சி விரும்பினால் அந்த நிகழ்ச்சி அதிகம் விளம்பரம் செய்யப்படுகிறது. முதலீட்டில் கணிசமான சதவிகிதம் விளம்பரங்களுக்காகச் செலவழிக்கும் ஒரு முதலாளி விளம்பரத்தின் வழியே தனது வியாபாரத்தின் லாபத்தை அதிகப்படுத்த விரும்புவாரேயன்றி மக்களின் ரசனையையும் தொலைக்காட்சியின் தரத்தையும் உயர்த்த வேண்டுமென்கிற மனோபவம் அவருக்கு இருக்கவேண்டுமென்று எதிர்பார்ப்பது குழந்தைத்தனமானது. இதனால் வெற்றிபெற்ற நிகழ்ச்சிகளைப் புதிதெனக் காட்டி வேறொரு விதத்தில் பிரதியெடுக்கும் நிகழ்ச்சிகளே வியாபாரிகளுக்குப் பாதுகாப்பானது. இந்தவகையில் தேவையை உருவாக்குவது அல்லது தேவையைப் பயன்படுத்திக்கொள்வது என்ற இந்தச் சமன்பாட்டுடன் தொடர்ந்து ஒரே மாதிரியான நிகழ்ச்சிகள் திரும்பத்திரும்ப ஒளிபரப்பாவதையே விளம்பரதாரர்கள் ஊக்குவிக்கிறார்கள்.

தமிழில் தொலைக்காட்சி பரவலான பிறகு கடந்த பத்து வருடங்களில் ஒளிபரப்பான நிகழ்ச்சிகளை ஆய்வு செய்தால் அவை யாவும் ஒன்றின் பிரதியாகவே மற்றொன்று இருப்பதைப் பார்க்க முடியும். கணவன் மனைவியின் பொருத்தத்தைப் பரிசோதிக்கும் விதவிதமான நிகழ்ச்சிகள், நடனப்போட்டிகள், பாடல் போட்டிகள், பட்டிமன்றங்கள், நேர்காணல்கள், குடும்ப உறவுகளுக்குள் இருக்கும் பிரச்சினைகளை சொல்லும் ஐந்தாறு பெண்கள் உள்ள வீட்டின் கதைத் தொடர்கள் (இத்தகைய தொடர்கள் பெரும்பாலும் பெண்களின் தியாகத்தையும் கஷ்டங்களையும் சாகசங்களையும் சொல்பவை. பொதுவாக திரைப்படங்களின் கதை அமைப்பு கதாநாயகன் எனும் ஆண் பிம்பத்தை மையமாகக்கொண்டே இயங்குகின்றன. எல்லாவற்றிலும் திரைப்படத்தின் நிழலாக இயங்கும் தொலைக்காட்சி தனது தொடர்களில் பெண்ணை மையமாகக் கொண்டு இயங்குவதன் பின்னிருக்கும் தந்திரம் அதன் பார்வையாளர்கள் பெண்கள் என்பதே) திரைப்படத்துறையில் பெரிய அளவில் ரசனை மாற்றம் ஏற்படாமல் இருப்பதற்கு அதன் வணிகத்திலிருக்கும் பெருமுதலாளிகள் காரணமாக இருப்பதைப்போல தொலைக்காட்சியிலும் ஒரு மாற்றம் நிகழாதவாறு விளம்பரங்கள் வழியாக நிகழ்ச்சிகளின் தன்மையைக் கட்டுப்படுத்தும் வேலையைப் பெருமுதலாளிகள் செய்கிறார்கள்.

உதாரணத்திற்குச் சுதந்திர தின விழாக் கொண்டாட்டம் என்று தனியார் தொலைக்காட்சிகள் ஒருநாள் முழுக்க நிகழ்ச்சிகளை நடத்துகின்றன. இதில் ஒளிபரப்பாகும் நிகழ்ச்சிகள் எவை? ஒரு கவர்ச்சி நடிகை தனது திரை உலக அனுபவங்களைப் பகிர்ந்துகொள்கிறாள். ஒரு இயக்குநர் வெளியாகியிருக்கும் தனது படத்தின் பெருமைகளைப் பேசுகிறார். இந்த இரண்டுமே ஒருவர் தனது சுயத்தையும் ஒருவர் தனது படத்தையும் விளம்பரப்படுத்தும் நிகழ்ச்சி. அன்றைய தினத்தின் முழுநேர ஒளிபரப்பையும் திரைத்துறையினரே எடுத்துக்கொள்கின்றனர். அந்த நாள் முழுக்க விளம்பரங்கள் அளவுக்கு அதிகமாக வெளியாகின்றன. இந்த நிகழ்ச்சிகளுக்கும் சுதந்திர தினத்திற்கும் என்ன தொடர்பு இருக்கிறது? இதுபோல் ஒவ்வொரு விடுமுறை மற்றும் பண்டிகை நாளையும் விளம்பரதாரரின் நிகழ்ச்சிகள் எடுத்துக் கொள்கின்றன. இவ்வாறு விளம்பரங்களினால் இயங்குகிற தொலைக்காட்சி விளம்பரதாரர்களின் வியாபாரத்திற்கான சந்தையெனத் தனது

அலைவரிசையை உபயோகிக்க அனுமதிக்கிறது. உங்கள் தொலைக்காட்சியில்... என்று ஒவ்வொரு தொலைக்காட்சியும் அறிவிக்க, அப்பாவிப் பார்வையாளர்களாகிய நாம் எந்தப் பிரக்ஞையும் இல்லாமல் நம் நேரத்தை இழந்து காட்சிக்குப்பைகள் அனைத்தையும் நம் புலன்களின் வழியே அனுமதிக்கிறோம்.

இதுபோல் ரசனை சார்ந்து திரைப்படங்கள் குறித்தும் திரைப்படங்களின் பாடல் குறித்தும் தொலைக்காட்சியில் ஒரு வரிசைப்பட்டியல் *(count down)* வெளியாகிறது. இதில் முதல் இரண்டாவது என்று பத்து வரை வரிசைப்படுத்தப்படும் படங்களின் பட்டியல் ஒவ்வொரு தொலைக்காட்சியிலும் மாறுபடுகிறது. ஏன்? ஒரு தொலைக்காட்சியில் முதல் இடத்தில் இருக்கும் படம் இன்னொரு தொலைக் காட்சியில் ஐந்தாம் இடத்தில் இருக்கிறது. இவ்வாறு வரிசைப்படுத்துவதற்கு ஒரு தொலைக்காட்சி செய்யும் அடிப்படை ஆய்வுகள் என்ன? இது யாரோ ஒருவர் அறையில் அமர்ந்து தனக்குப் பிடித்த படங்களை வரிசைப்படுத்துகிறாரா? அல்லது மக்களின் கருத்துகளைக்கேட்டு அவர்களின் வாக்குகள் அடிப்படையில் முதலிடம் தரப்படுகிறதா? மக்களிடம் அபிப்ராயம் கேட்டு தரவரிசை பிரிக்கப்படுகிறது எனில் ஒவ்வொரு தொலைக்காட்சிக்கும் அது எப்படி வேறுபட முடியும்? ஓடாத பிரபலமான நடிகர்களின் படங்கள் எப்போதும் முதலிடத்திலேயே இருக்கின்றன. எப்படி? கோடிக்கணக்கில் உலகம் முழுக்க பார்வையாளர்கள் கொண்ட தொலைக்காட்சி தனது தரவரிசையில் ஒரு படத்தை முதன்மையானது என்று சொல்லும்போது பெரும்பான்மை எதுவோ அதை எப்போதும் ஒத்துக்கொள்கிற மக்கள் மனத்தில் அந்தப் படம் குறித்த நல்ல அபிப்ராயம் ஏற்படுகிறது. இதனால் அந்த வாரத்திலிருந்து அந்தப் படத்தின் வசூல் உயர்கிறது. இப்படி ஓடாத அல்லாது சரியில்லாத படத்தைத் தொலைக்காட்சிகள் உயர்த்திப்பிடித்துத் தங்கள் தரவரிசையில் ஒரு இடத்தைக் கொடுத்துப்பார்ப்பது ஏன்? இதிலும் சூக்குமமான வியாபாரமும் விளம்பரமும் இருக்கிறது என்பதுதான் அதிர்ச்சியான செய்தி. ஒரு படம் படப்பிடிப்பில் இருக்கும்போதே தொலைக்காட்சிகள் அந்தப் படத்திற்கு ஒரு விலை பேசி ஒப்பந்தம் செய்துகொள்கின்றன. தனியார் தொலைக்காட்சிகள் பெருகி விட்டதால் அதிகாரத்தையும் பணபலத்தையும் வைத்து பெரிய நடிகர்களின் படங்களை வாங்குவதற்கு நடக்கும் பெரும்போட்டியில் வெற்றிபெறும் தொலைக்காட்சி நல்லவிலைக்குத் தொலைக்காட்சி உரிமையை

வாங்கி வைத்துக்கொள்கிறது. படம் வெளியானதும் அந்தப் படத்தின் பாடல்கள் மற்றும் படம் சம்பந்தமான பேட்டிகளை அடிக்கடி வெளியிடுவதன் மூலம் அந்தப் படம் சம்பந்தமான நல்ல அபிப்ராயத்தைப் பார்வையாளர் மத்தியில் ஏற்படுத்துகிறது. சமீப காலங்களில் மீடியா பார்ட்னர் (Media partner) என்ற பெயருடன் ஒரு படத்தை விளம்பரப்படுத்துவது நேரடியாகவே நடக்கத் துவங்கிவிட்டது.

இத்தனை செய்தும் அந்தப்படம் ரசிகர்கள் மத்தியில் ஓடாத நிலையில் தனது தரவரிசையில், பட விமர்சனப் பகுதியில் அந்தப் படம் பார்க்கவேண்டிய படமாக முன் வைக்கப்படுகிறது. இவ்வாறு தொலைக்காட்சி தான் வாங்கி வைத்திருக்கும் படங்களை மறைமுகமாக விளம்பரம் செய்கிறது. ஏனெனில் தொலைக்காட்சி உரிமை வாங்கி வைத்திருக்கும் படம் திரையரங்குகளில் ஓடவில்லையெனில் தொலைக்காட்சியில் திரைக்கு வந்து சில நாட்களே ஆகிய அந்தப் புதுப்படம் ஒளிபரப்பாகையில் அதற்கு விளம்பரதாரர்களின் ஆதரவு அதிகமாக இருக்காது. எனவே இதைக் குறி வைத்தே தான் வாங்கி வைத்திருக்கும் படங்களை அதிக அளவில் விளம்பரம் செய்து தொலைக்காட்சிகள் தூக்கிப் பிடிக்கின்றன. தொழில் போட்டியில் தான் வாங்கமுடியாத படங்களை அல்லது இன்னொரு தொலைக்காட்சியின் வசம் உரிமை இருக்கும் படங்களைத் தொலைக்காட்சிகள் அதிகம் ஆதரிப்பதில்லை. தங்கள் தரவரிசையில் சேர்ப்பதில்லை. அப்படியே சேர்த்தாலும் தரவரிசையில் அவை எட்டாவது இடத்துக்கு மேல்தான் இருக்கும். அடுத்த முறை இந்தத் தரவரிசையைக் கவனிக்க முடிந்தால் அது ஒவ்வொரு தொலைக்காட்சிக்கும் வேறுபடுவதைக் கவனியுங்கள். அதன் பின்னிருக்கும் வியாபாரத் தந்திரம் இதுதான். இப்படி தனது தொழில் சார்ந்து சாதாரணமான படங்களைச் சிறந்தது என்ற அபிப்ராயத்தை ஏற்படுத்தி அதைத் தொடர்ந்து ஒளிபரப்பிப் பார்வையாளர்களைப் பார்க்கச் செய்வதன் மூலம் மக்களின் பொதுரசனையைச் சிதைக்கிற வேலையையும் தொலைக்காட்சிகள் தொடர்ந்து செய்கின்றன.

தமக்குச் சார்புள்ள எதையும் மறைமுகமாகத் தூக்கிப்பிடிப்பது, தமக்கு எதிரானதை நசுக்கி அழிப்பது என்கிற வியாபாரத் தந்திரம் உண்மை சார்ந்த செய்திகளில் மட்டுமல்லாது ரசனை

சார்ந்த தேர்விலும் நச்சுத்தன்மையைப் பரப்புவது எத்தனை ஆபத்தானது.

இவைதவிர தொலைக்காட்சியில் வெளியாகும் நேரடியான விளம்பரங்கள் குறித்துச் சற்று ஆய்வு செய்து பார்க்கலாம். மேலோட்டமாக இந்த விளம்பரங்கள் அழகாக நம் காட்சியைக் கவரும் விதத்தில் இருந்தாலும் மனவியல் ரீதியாக இத்தைகய விளம்பரங்கள் ஒருவிதமான கனவுத்தன்மையை ஏற்படுத்துகின்றன. உதாரணமாக எந்த விளம்பரத்தை வேண்டுமானாலும் எடுத்துக்கொள்ளலாம். அதில் வரும் மனிதர்கள் உயர்குடியைச் சேர்ந்தவர்கள். பத்து ரூபாய் விற்கக்கூடிய சமையல் பொடியாயினும் பத்து லட்சம் விற்கக் கூடிய கார் விளம்பரமானாலும் அதில் தோன்றுகிற மக்கள் உயர்குடியைச் சேர்ந்தவர்களாக, சிவந்த நிறமுடையவர்களாக இருப்பது ஏன்? விளம்பரப் படங்களில் வருகிற வீடுகள் வசதிமிக்க பணக்கார வீடுகளாக இருப்பதன் காரணம் என்ன? நம்மைவிட வசதியில் உயர்ந்தவர்கள், சரியானதையே தேர்ந்தெடுப்பார்கள் என்ற அபிப்ராயமும் அவர்கள் வாழ்நிலை குறித்த ஏக்கமும் நமது தாழ்வுணர்ச்சியில் மறைந்திருக்கிறது. எனவே அவர்களைப் போல நாமும் கற்பனையில் வாழ அவர்கள் பயன்படுத்தும் ஏதாவது ஒன்றை நாமும் பயன்படுத்துகிறோம் என்ற திருப்தியும் பெருமையும் நமக்குத் தேவையாய் இருக்கிறது. இந்த மன உணர்வினை ஏற்படுத்துவதற்காகவே பல விளம்பரங்கள் வாய்ப்புகளோடும் அதிர்ஷ்டத்தோடும் தங்கள் நுகர் பொருட்களைச் சம்பந்தப்படுத்துகின்றன. புதிய வாகனம் வாங்கும் இளைஞனுக்கு அழகிய பெண் தோழியாகக் கிடைப்பாள். புதிய பற்பசை கொண்டு பல் துலக்கும்போது வேலை வாய்ப்பு கிடைக்கிறது. இத்தகைய மூடநம்பிக்கைகளைத் தொடர்ந்து ஒளிபரப்புவதன் மூலம் நமது நனவிலி மனதிற்குள் அவை ஊடுருவுகின்றன.

ஏனெனில் எந்த ஒரு விஷயத்தையும் ஏழுமுறை பார்க்கும்போது நம் நினைவில் பதிகிறது என்கிறது மனோவியல். இந்த மனவியலைப் பயன்படுத்திப் பார்வையாளர்களின் நினைவில் பதிவதற்காகவே விளம்பர வாசகங்கள் மின்னுகின்றன. நிலையாக எரியும் ஒரு விளம்பரத்தை நாம் பார்க்க நேர்ந்தால் அது நம் கண்ணில்படும் சில நொடிகளில் ஒருமுறையே அதைப் பார்க்கிறோம். அதே விளம்பரம் மின்னிமின்னி எரியுமெனில்

அதைப் பார்க்கிற சில கணங்களுக்குள் நாம் அந்தப் பெயரைப் பலமுறை பார்த்து விடுகிறோம். இந்த நுட்பத்துடன் நம் நனவிலி மனத்தை அடைவதில்தான் ஒரு விளம்பரத்தின் வெற்றி இருக்கிறது.

ஏனெனில் நம் ஆழ் மனத்திற்குள் செலுத்தப்படும் ஒரு விஷயத்தை நம் மனம் எப்படியும் நிறைவேற்றிவிடும் என்பதே மனோவியல் விதி. இந்த விதியின்படி நம் நனவிலி மனத்திற்குள் நுழைவதற்கு பலவிதமான உத்திகளை விளம்பரங்கள் கையாள்கின்றன. அதில் ஒன்று அடிக்கடி நம் பார்வையில் படுவது. இவ்வாறு அடிக்கடி பார்வையில் படுவதன் மூலம் பல நுகர்பொருட்களின் பெயர்கள் நாம் அறியாமலேயே நம் ஆழ்மனதில் தங்கியிருக்கின்றன. உதாரணத்திற்குக் கண்களை மூடி சில பெயர்ச் சொற்களை மட்டும் நினைத்துப்பார்த்தால் அந்தப் பெயர்ச் சொல்லோடு இணைந்து அது சம்பந்தப்பட்ட நிறுவனங்களின் பெயரும் நம் நினைவுக்கு வரும். உதாரணமாகச் சில சொற்களைப் பார்க்கலாம். டி.வி - குளியல் சோப் - செல்போன் - பட்டுப்புடவை - தங்க நகைகள் - இதைத் தொடர்ந்து நிறுவனங்களின் பெயரும் நம் நினைவில் மிளிரும். எனில் இவைதான் அந்த விளம்பரங்களின் வெற்றி. நம் ஆழ் மனத்திற்குள் இருக்கும் நினைவுப் பகுதியை இத்தகைய நிறுவனங்கள் தங்கள் நுகர்பொருள்களின் பெயர்களைச் சேமித்துவைக்கும் ஒரு வைப்பு அறையாகப் பயன்படுத்துகின்றன. இதன்மூலம் நீங்கள் அந்த நிறுவனத்தின் பொருட்கள் எதையும் வாங்காத போதும் எதிர்கால நுகர்வோராக உறுதி செய்யப்படுகிறீர்கள். உங்களுக்கான பொருளாதாரத் தேவைகள் கூடிவரும்போது உங்கள் முன்பதிவுத் தேவையை நீங்கள் நிறைவேற்றுகிறீர்கள். நம் உணர்வில்லாமலேயே ஒரு நிறுவனத்தின் நுகரும் அடிமையாக நாம் மாற்றப்படும் விதம் இப்படித்தான். இதில் விளம்பரங்களை உங்கள் நனவிலி மனத்திற்குள் கொண்டு பதிவுசெய்யும் வேலையைத் தொலைக்காட்சிகள் வெகு நுட்பமாகச் செய்கின்றன.

உதாரணத்திற்கு ஒரு விளம்பரத்தை எடுத்துக்கொள்ளலாம். கறுப்பாக இருக்கும் ஒரு பெண்ணுக்கு மாப்பிள்ளை கிடைக்கவில்லை. அதற்காக வருந்தும் அவள் சிகப்பழகு தரும் குழைவை முகத்தில் பூசுகிறாள். ஏழு நாட்களில் சிவப்பாகிறாள். அவளுக்குத் திருமணம் நடக்கிறது. கடந்த பத்துப் பதினைந்து

வருடங்களாக கறுப்பு நிறத்தினால் வேலை கிடைக்காத பெண், கறுப்பு நிறத்தினால் இளைஞர்களால் அதிகம் பார்க்கப்படாத பெண், கறுப்பு நிறத்தினால் தாழ்வுணர்ச்சிக்கு ஆளாகும் பெண் என்று பல வகைகளைக் காட்டி அவள் இந்த நுகர்பொருளைப் பூசிய ஏழாவது நாளில் சிகப்பழகு பெற்றதும் அவள் வாழ்க்கை உயர்வு பெறுவதாக விளம்பரம் சொல்கிறது. இதெல்லாம் பொய் என்று நம் பெண்கள் எத்தனை பேருக்குத் தெரியும்? ஒருவேளை அது பலித்துவிட்டால் தனது நிறம் மாறுமே என்று அதை உபயோகித்துப் பார்க்கிற பெண்கள் எத்தனை பேர்? கறுப்பு நிறம் அதிகமாக உள்ள ஒரு நாட்டில் அந்த நிறத்தின் மீது இயல்பாகவே இருக்கும் தாழ்வுணர்ச்சியைப் பயன்படுத்தித் திருமணத்திற்கும் வேலைவாய்ப்பிற்கும் சிவப்பு நிறம் வேண்டுமென்று உணர்த்துகிற எண்ணத்தின் பின்னால் எத்தனை நுட்பமான வர்க்க மனம் இருக்க முடியும்? கடந்த பதினைந்து வருடங்களில் அதைப் பயன்படுத்தி ஏழு நாட்களில் சிவப்பான ஒருவரையாவது நாம் காட்டமுடியுமா? ஒருவர் உடலில் முகம் மட்டும் சிகப்பாக முடியுமா? நம் தர்க்க அறிவு என்ன ஆனது? விஞ்ஞானரீதியாக ஏழு நாட்களில் சிவப்பாவதற்கு எந்தச் சான்றும் இல்லாத ஒரு பொருளை எந்த எதிர்ப்பும் இல்லாமல் கடந்த பதினைந்து வருடங்களாக எப்படி நாம் பயன்படுத்தி வருகிறோம்.?

காட்சியாக ஒன்றைத் தொடர்ந்து பார்க்கும்போது ஒரு விஷயத்தை நீங்கள் நம்பமறுத்தாலும் உங்கள் ஆழ்மனம் அதை நம்புகிறது. தாலாட்டின் லயம் குழந்தையைத் தூங்கவைப்பது போல, ஒருவிஷயம் தொடர்ந்து பலமுறை நிகழும்போது அது தூக்கம் போன்ற தன்மயக்கத்தை ஏற்படுத்துகிறது.

விளம்பரங்கள் பொய் என்ற போதும் நாம் அவற்றை எப்படி நம்புகிறோம்? 'அவசரத்திலிருக்கும் மனிதனால் சிந்திக்க முடியாது' என்ற பிளேட்டோவின் மேற்கோளை இங்கு பொருத்திப்பார்க்கலாம்.

அவசரமும் வேகமும் விளம்பரத்தின் இயல்பிலேயே இருக்கின்றன. இதைப் புரிந்துகொள்ள ஒரு விளம்பரத்தின் கட்டமைப்பை இன்னும் ஆழமாகப் பார்க்க வேண்டும். வியாபாரத்தின் அடிப்படை விற்பனை என்கிறார்கள் நிபுணர்கள். இந்த விற்பனையின் அடிப்படை விளம்பரத்தைச் சார்ந்திருக்கிறது. இந்த விளம்பரங்கள் தொலைக்காட்சியில் ஒளிபரப்பாகும்

கால அளவு பத்து நொடிகள், பதினைந்து நொடிகள், முப்பது நொடிகள் என்ற கால அளவில் நிகழ்ச்சிக்குத் தகுந்தவாறு ஒளிபரப்பாகின்றன. இதில் பத்து நொடிகள் ஒளிபரப்பாகும் விளம்பரங்களே அதிக முக்கியத்துவம் வாய்ந்தவை. ஏனெனில் முப்பது நொடிகள் ஒளிபரப்பாகும் விளம்பரத்தைப் பத்து நொடிகளாக மாற்றினால் மூன்றுமுறை ஒளிபரப்பிவிட முடியும். இந்தப் பத்து நொடிகளுக்குள் ஒரு பொருளின் சிறப்பையும் அதன் பலனையும் மற்ற பொருள்களிலிருந்து இது எவ்விதம் வேறுபட்டது என்பதையும் புதுமையாகச் சொல்ல வேண்டும்.

காட்சிமொழியின் அடிப்படையான அலகு துண்டுக்காட்சி (shot) என்பதை முன்பே பார்த்தோம். இந்தத் துண்டுக் காட்சிகளால் ஒருநொடிக்கு ஒன்று என்றால்கூட பத்து துண்டுக்காட்சிகளுக்குள் விஷயத்தைச் சொல்ல வேண்டும். ஆனால் வழக்கமாக ஒளிபரப்பாகும் விளம்பரங்களில் இருக்கும் துண்டுக் காட்சிகள் பத்துக்கும் அதிகமானவை. ஒரு நொடிக்கும் குறைவாகவே திரையில் தங்கும் காட்சிகள் அடுக்கடுக்காகத் திரையில் ஒளிர்ந்து மறைகின்றன. கண்ணின் பார்வை இருப்புத் திறன் (persistence of vision) 1/16 நொடிகள் எனில் சமயத்தில் இதையும் கடந்த வேகத்தில் காட்சிகள் அடுக்கப்படுகின்றன. ஒரு காட்சியைப் பார்த்து அதை உங்கள் மூளையில் பதியவைக்குமுன்பே அடுத்த காட்சி, அடுத்த காட்சியைக் குறித்து நீங்கள் யோசிக்கும் முன்பே அடுத்த காட்சி எனப் பத்து வினாடிகள் உங்கள் உணர்வு நிலையை மிக வேகமாகக் கடந்து விடுகின்றன. நடந்தது என்ன என்று உணர்வதற்குள் விளம்பரம் முடிந்துவிடும். இவ்வாறு முதல் பார்வையில் உங்கள் கவனத்தை ஈர்த்து உங்கள் தர்க்க அறிவு செயல்படுமுன் வேகமாகக் கடந்து விடுவதே விளம்பரத்தின் நோக்கம். அதன் அழகும் நேர்த்தியும் உங்களை மறுபடி பார்க்கத் தூண்டும். ஏனெனில் முதல்முறை முழுதுமாக நீங்கள் பார்த்துவிடுவீர்கள் எனில் மறுமுறை நீங்கள் பார்ப்பதற்கான அவசியம் குறைந்துவிடும். கண்ணாமூச்சி விளையாட்டுப் போன்ற காட்சிரீதியான இந்த வேகம் தணிந்து விளம்பரத்தை நீங்கள் முழுதுமாகப் பார்த்துவிட்டதாக உணர்ந்து அது ஏற்கனவே பார்த்ததுதான் என்று உணர்வதற்குள் நீங்கள் அந்த விளம்பரத்தை ஏழு முறைக்குமேல் பார்த்திருப்பீர்கள். சில விளம்பரங்களை ரசிக்கவும் செய்திருப்பீர்கள். இனி உங்களுக்குப் பிடித்த விளம்பரம் நீங்கள் கவனிக்காத போதும் திரையில் ஓடும். திரையின் தொடர்ச்சியாக மனத்திலும் ஓடத்துவங்கும்.

அது சொல்லும் பொருளின் பெயர் உங்கள் மனதிலும் மிளிரத் துவங்கும்.

பொதுவாக விளம்பரங்களின் காட்சி அடுக்கில் இருக்கும் வேகம் நம்மைச் சிந்திக்க விடுவதில்லை. காட்சியை எட்டிப்பிடிக்கும் அவசரத்தில் உங்கள் பார்வை இருப்புத்திறனுக்கும் மன வேகத்திற்கும் இடையில் நடக்கும் இந்தக் கண்ணாமூச்சியில் பிளேட்டோ சொல்கிற அவசரத்தை மனம் அடைகிறது. எனவே அது சிந்திப்பதை விட்டு வெறுமனே துரத்துகிறது. துரத்தியதை அடைய பலமுறை பார்க்கிறது. அதன் பெயரும் பெருமையும் நம் மனத்தில் படிந்ததும் அதன் ஆயுள் முடிந்துவிடுகிறது. ஒரே பொருள் குறித்த விளம்பரம் ஒரு குறிப்பிட்ட கால இடைவெளியில் புதிது புதிதாக மாறிக்கொண்டே இருப்பதைக் கவனித்திருக்கிறீர்களா? ஏனெனில் நாம் பார்த்து முடித்த பின் ஒரு விளம்பரத்தின் நோக்கம் தன்னிறைவை எட்டி விடுகிறது. அதன் ஆயுள் முடிந்துவிடுகிறது. எனவே திரும்பவும் அதே பொருளின் பெயரால் நம்மை ஈர்க்கவேண்டும் என்பதற்காக ஏறத்தாழ ஆறுமாத இடைவெளியில் புதிய விளம்பரம் வருகிறது. நாம் திரும்பவும் நம் மன வேகத்துடன் அதைப் பிடிக்கத் தொடர்கிறோம். தொலைக்காட்சி இதையெல்லாம் நிகழ்த்தும் ஊடகமாக இருந்து தனது வியாபாரத்தில் கொழிக்கிறது. நாம் விளம்பரத்தின் வழியே நம் ஆழ்மனத்திற்குள் போன பொருட்களைச் சுமந்துகொண்டு அலைகிறோம். வாய்ப்பு வரும் போதெல்லாம் வீட்டுக்குள் வைக்க இடமில்லாத அளவுக்குக் கண்டதையும் வாங்கிக் குவிக்கிறோம். அந்தப் பொருளை வாங்கியதன் மூலம் விளம்பரம் சொன்னதுபோல மனரீதியாக நம் வாழ்க்கைத் தரம் உயர்ந்ததாகவும் புதிய வாழ்க்கை நிலையை அடைந்ததாகவும் விளம்பரத்தில் நடித்த பிரபலங்களின் வாழ்க்கைத் தரத்தோடு இணைவதாகவும் கற்பனாரீதியாக ஒரு நிறைவை அடைகிறோம்.

ஒருபுறம் செய்திகள் எனும் புனையப்பட்ட உண்மைகளின் வழியே மாசுபடுத்தப்படும் நமது சமூக மனம், இன்னொருபுறம் விளம்பரம் எனும் பொய்களை உண்மையாக நம்புவதன் வழியே நம் தனி வாழ்க்கையில் ஏற்படுத்தப்படும் கனவுத்தன்மை சார்ந்த மூட நம்பிக்கை. இந்த இரண்டையும் தொலைக்காட்சிகள் மிகத்தெளிவாகத் தொடர்ந்து செய்து வருகின்றன. தொலைக்காட்சி பிரபலமாகத் தொடங்கிய

ஆரம்ப வருடங்களில் அது முட்டாள்பெட்டி *(idiot box)* என்று வர்ணிக்கப்பட்டது. சமீப வருடங்களில் அந்தப் பெயர் வழக்கத்திலிருந்து மறைந்துவிட்டதைப் பார்க்கமுடியும். காரணம் தவிர்க்க முடியாமல் தொடர்ந்து பார்ப்பதன் வழியே, நாம் எல்லோரும் அதன் முட்டாள் தன்மையுடன் இணைந்ததால், அதைத் தனியாக முட்டாள்பெட்டி என அழைக்கும் தகுதியை நாம் இழந்து விட்டோம். இந்நிலையில் எல்லா வீடுகளிலும் குழந்தைகள் தொலைக்காட்சி பார்த்தே அதிகம் வளர்கிறார்கள். அவர்களுக்கெனப் பெரும்பாலான தொலைக்காட்சிகள் தனி அலைவரிசைகளைத் துவங்கிவிட்டன. குழந்தைகள் தங்கள் வயதையும் இயல்பையும் மறந்து பவர் ரேஞ்சர்களாகவும் சக்திமான்களாகவும் ஸ்பைடர் மேன்களாகவும் கற்பனை செய்யத் துவங்கிவிட்டார்கள். சில சாக்லேட்டுகளைச் சாப்பிட்டால் பறக்கமுடியும் என்றும் சில பானங்களைக் குடித்தால் மட்டுமே வளரமுடியும் என்றும் போட்டிகளில் வெல்ல முடியும் என்று நம்புகிறார்கள். குடி குடியைக் கெடுக்கும் என்று மதுக்கடையில் எழுதி வைப்பதைப் போலத் தொலைக்காட்சி பெட்டி அனைத்திலும் குழந்தைகள் பார்க்கமுடியாமல் அலை வரிசைகளைப் பூட்டிவைக்கும் *(child lock)* வசதியும் இருக்கிறது. எப்படியோ அடுத்த தலைமுறையை நுகர்பொருட்களின் அடிமையாக மாற்றும் எளிய வழிகள் நம் வசம் இருக்கின்றன.

ஊடகங்களின் வளர்ச்சியைப் பார்க்கையில் நிகழ்காலத்தில் உலகின் எந்த மொழியைவிடவும் காட்சி மொழியே மிக வலிமையானதாக இருக்கிறது. அந்த மொழியின் நுட்பங்களை அறியாத எவரும் கல்லாதவராகவே கருதப்படுவார். மேலும் காட்சி வழியே நாம் ஏமாற்றப்படாமல் இருப்பதற்கும் வளரும் விஞ்ஞான யுகத்தில் விதவிதமான உத்திகளுடன் காட்சி வழியே நம்மை அணுகக் காத்திருக்கும் அரசியல்வாதிகளின் புனையப்பட்ட பொய்களிலிருந்தும் முதலாளிகளின் நுகர்வைத்தூண்டும் கனவுகளிலிருந்தும் தப்புவதற்காகக் குறைந்தபட்சம் காட்சி மொழியின் சூக்குமங்களை நாம் கற்றுக்கொள்ள வேண்டும். நம் குழந்தைகளுக்கும் கற்றுத்தர வேண்டும். குழந்தைகளுக்கு உரிய வயதில் சைக்கிள் ஓட்டக் கற்றுத்தருவது மாதிரி கேமராவையும் இயக்கக் கற்றுத்தர வேண்டும். ஏனெனில் எதிர்காலங்களில் தொலைக்காட்சி உள்ளிட்ட காட்சிக் கருவிகளின் வழியே சமூக மனம் மாசுபடுதலில் இருந்து நம்மைக்

காத்துக்கொள்வதற்கும் வன்முறை பெருகிய இவ்வுலகில் நமது நியாயங்களைப் பதிவு செய்வதற்கும் புதிய யதார்த்தங்களை உருவாக்குவதற்கும் காட்சிமொழியுடன் பரிச்சயம் இருப்பது நமக்கு அவசியமாகியிருக்கிறது.

தியானநிலையில் மனத்தை ஒருமுகப்படுத்தச் செய்யவேண்டிய முதல் வேலை கண்களை மூடுவதுதான். ஏனெனில் கண்ணெதிரே காட்சிகள் வேகமாக மாறும்போது நம் மனம் அலைவுறுகிறது என்கிறது யோக சாஸ்திரம். எனவே முதலில் நம் வீட்டில் எல்லோரது கண்களையும் பார்க்க வைத்திருக்கிற தொலைக்காட்சியைக் கொஞ்சம் மூடிவைக்கலாம். அதிகநேரம் உழைக்கும் ஜப்பானியர்கள் முகச்சவரம் செய்யும் நேரத்தில் அதாவது சராசரியாக ஒருநாளைக்குப் பத்து நிமிடங்களே தொலைக்காட்சி பார்க்கிறார்கள். அப்படி ஒரு நேர ஒழுங்கை நாமும் முயற்சித்துப் பார்க்கலாம். 'இருப்பு என்பது பிறரால் பார்க்கப்படுவது தான்' என்றார் பெர்க்லி எனும் அறிஞர். உயிரில்லாத பிம்பங்களாக அசையும் தொலைக்காட்சியைப் பார்த்துக்கொண்டிருப்பதை விடவும் நம் அருகில் இருக்கிற குழந்தைகளையும் குடும்பத்தினரையும் பார்க்கலாம். ஏனெனில் இயந்திரங்களாக நாம் மாறி வரும் அவசர உலகில், எல்லாவற்றுக்கும் தேவைப்படும் விளம்பரம் அன்புக்கு மட்டுமே இன்னும் அவசியமற்றதாக இருக்கிறது.

0

5

சிறந்த திரைப்படம்

ஒரு கலைவடிவம் நமக்குள் ஏற்படுத்தும் அனுபவத்தை முழுமையாக உணர அடிப்படையான சில பயிற்சிகள் தேவைப்படுகின்றன. கவிதை, சிற்பம், நவீன ஓவியம், இசை முதலான எந்தக் கலைக்கும் இது பொருந்தும். ஒரு மொழியை வாசிக்கத் தெரிவது மட்டுமே ஒரு கவிதையை உணர்வதற்குப் போதுமானதாக இருப்பதில்லை. ஒருவிதமான மொழியறிவும் அனுபவமும் தேவைப்படுகிறது. இசையின் வழியே நிகழும் அற்புதமான உணர்வுகளை உள்வாங்க ஒருவிதமான மனப்பயிற்சி அவசியப்படுகிறது. அதுபோலவே ஒரு திரைப்படத்தையும் முழுமையாக உணர்வதற்கு அடிப்படையான ரசனை தேவைப்படுகிறது. இந்த ரசனை நல்ல படங்களைத் தொடர்ந்து பார்ப்பதன் வழியாகவும் அதன் அடுத்த நிலையாக அதன் நுட்பம், அரசியல், கதையமைப்பு, அழகியல் மற்றும் கலை சார்ந்த அணுகுமுறைகளை விவாதித்துப் பகிர்ந்துகொள்வதன் வழியாகவும் ஏற்படுகிறது என நம்பலாம்.

ஒருவரின் ரசனை என்பது பல சமயங்களில் அவர் மனத்தில் ஏற்கனவே தீர்மானித்த விஷயங்களுடனும் அவர் சார்ந்த கொள்கைகளுடனும் அபிப்ராயங்களுடனும் நெருங்கிய தொடர்புடையதாக இருக்கிறது. இந்த அபிப்பிராயங்களைப் பொதுவாகக் கவனிக்கும்போது 'ஒரு திரைப்படம் என்பது மலினமான பொழுதுபோக்கு விஷயம்' என்றே நமக்குப் கற்றுத்தரப்பட்டிருக்கிறது. இந்த மனநிலை மாறாமல், பார்வையாளர்களை

அது வெறும் பொழுதுபோக்கு என்று நம்ப வைப்பதன் வழியே தங்களின் வணிகத்தைப் பலப்படுத்திக்கொள்ளும் தந்திரங்களுடன்தான் நம் திரைப்படங்கள் இன்றுவரை தயாரிக்கப்படுகின்றன. எனவே நம் ரசனையை முதலாளிகளாக இருக்கும் தயாரிப்பாளர்கள் தீர்மானித்து, பார்வையாளர்கள் இதைத்தான் விரும்புகிறார்கள் என்று ஒரு சமன்பாட்டை உருவாக்குகிறார்கள். அந்தச் சமன்பாட்டைச் சரியாகச்செய்து முடிக்கும் கூலியாக ஒரு இயக்குநரையும் நியமிக்கிறார்கள்.

எழுபத்தைந்து வருடங்களாகத் தொடரும் இந்த வணிகத்தந்திரங்களின் வழியாகத் திரைப்படம் என்பது இப்படித்தான் இருக்கும் என்ற வரையறையையும் அதன் வழியே ரசனைக் குறைபாட்டையும் நமக்குள் ஏற்படுத்தியிருக்கிறார்கள். ஐந்து பாடல்களும் சண்டைகளும் ஒரு படத்தில் இருக்க வேண்டும் என்பது யாருடைய விருப்பம்? ஒரு திரைப்படத்தின் கதை காதல்கதையாக இருக்க வேண்டும் என்பது யாருடைய முடிவு? இந்தச் சமன்பாட்டைக் கடந்த தமிழ்ப் படங்கள் இருக்கின்றனவா?

பகுத்துப்பார்த்தால் நாம் உயர்ந்ததாக நினைத்து விருதுகள் கொடுத்துப் பாராட்டுகிற தமிழ்ப்படங்கள் அனைத்தும் முதலாளிகளின் இந்தச் சமன்பாட்டுக்கு அடி பணிந்தவை என்பதுதான் சோகம். அப்படி ஒரு பழைய சமன்பாட்டுக்குள் இயங்குகிற ஒரு படத்தை எப்படி உயர்ந்ததாக நாம் ஒத்துக்கொள்கிறோம்? வணிக சமரசங்களுடன் கூடிய ஒரு திரைப்படத்தைச் சிறந்தது என முன்வைக்கும்போது பார்வையாளர்களிடம் நாம் எந்தமாதிரியான ரசனையை ஏற்படுத்துகிறோம்? ஒரு கவிதைக்கும் சிறுகதைக்கும் சமன்பாடு இருக்கிறதா? அப்படி ஒரு சமன்பாட்டுக்குள் தொடர்ந்து இயங்கும் ஒரு படைப்பை உயர்ந்தது என்று விருதுகள் தந்து கௌரவிப்போமா? ஆனால் திரைப்படத்தில் மட்டும் எப்படி இதை அனுமதிக்கிறோம்?

'ஆலை இல்லாத ஊரில் இலுப்பைப்பூ சர்க்கரை' என்றொரு சொலவம் இருக்கிறது. உயர்ந்தது இல்லை என்பதற்காக இருப்பதில் கொஞ்சம் சிறந்ததைப் பாராட்டுவது. இந்தத் தன்மையைத் திரைப்படத்திற்கும் பொருத்திப் பார்க்கிற சூழலிலேயே நாம் இருந்திருக்கிறோம். தொடர்ந்து இவ்வகையான சாதாரண வணிகப்படைப்புகளை உயர்ந்தவை என்று கொண்டாடத்

துவங்கும்போது, இங்கு வெளியாகிற படங்களுடன் ஒப்பிடுகையில் இது சிறந்தது என்று நாம் தேர்ந்தெடுத்துப் பாராட்டும்போது அது பார்வையாளனாகிய நமக்கு ரசனை சார்ந்த சில தவறான முன் மாதிரிகளை வழங்குகிறது. பார்வையாளனாகிய நாம் இவ்வகையான தமிழ்ப் படங்களே சிறந்த படங்கள் என்று நம்பத் துவங்குகிறோம். இவற்றையே முன் மாதிரிகளாகக்கொண்டு சிறந்த படங்கள் என்றால் இப்படித்தான் இருக்க வேண்டும் என்ற அபிப்ராயங்களையும் உறுதிப்படுத்திக் கொள்கிறோம்.

உண்மையில் இந்திய மொழிகளிலும் உலக மொழிகளிலும் சிறந்த திரைப்படம் என்பது எப்படி இருக்கும் என்பதை அறியும் முன்பே இங்கிருக்கும் வணிகக் குப்பைகளில் இருப்பதில் கொஞ்சம் சிறந்ததைப் பார்த்து வியக்கத் துவங்குகிறோம். ஏனெனில் நுகர்பொருட்களுக்கு இருப்பதைப் போல தரக்கட்டுப்பாடு வசதிகள் திரைப்படத்திற்கு இல்லை. எனில் சிறந்ததை எப்படிக் கண்டறிவது? தேர்வில் முப்பது மதிப்பெண் எடுத்த மாணவனுக்கு இன்னும் ஐந்து மதிப்பெண் சேர்த்துப் போட்டு ஆசிரியர் தனது கருணையில் தேர்ச்சியடையவைப்பதுபோல வணிகத் திரைப்படங்களின் நடுவே கொஞ்சம் விலகி இருக்கிற படங்களைக்கூட நமது ஊடகங்களும் நாமும் கொண்டாடிவிடுகிறோம். சமீப வருடங்களில் தமிழ்ச்சூழலில் சிறந்தது என்றும் வித்தியாசமானது என்றும் பாராட்டப்பட்ட படங்களை குறைந்த பட்சம் இந்தியாவின் தரமான மற்றமொழிப் படங்களுடன் ஒப்பிட்டுப் பார்த்து இத்தகைய நமது அபிப்ராயங்களை மறுபரிசீலனை செய்யலாம்.

இவ்விதம் வித்தியாசமானது சிறந்தது என நாம் கருதும் நம் படங்கள் திரையரங்கில் நூறுநாட்கள் ஓடுகின்றன. சமூகத்தில் உயர்ந்த நிலைகளில் இருக்கிற பலரின் பாராட்டையும் சிறுபத்திரிகை விமர்சனங்களையும் சில சமூக அமைப்புகளின் விருதுகளையும் பெறுகின்றன. அதிகபட்சமாகத் திரைப்பட விழாக்களில் கலந்து கொள்கின்றன. இத்தகைய படங்கள் தமிழ்ச்சூழலில் எவ்வகையான தாக்கத்தை ஏற்படுத்துகின்றன? ஏற்கனவே இருக்கிற பழைய சமன்பாட்டுக்குள் ஒரு புது அணுகுமுறையைத் துவக்கிவைக்கின்றன என்பதைத்தவிர எந்த மாற்று ரசனையையும் மக்களுக்குத் தருவதில்லை. பழைய விஷயங்களைக் களம் மற்றும் கதைசொல்லும் முறையை மாற்றுவதன் மூலம் புதிது போலத் தருவதன் வழியே தங்கள்

வணிக சாத்தியங்களை உறுதிப்படுத்திக்கொள்வதுமே தமிழில் சிறந்த திரைப்படங்கள் என நாம் கருதும் படங்களின் நோக்கமாக இருந்திருக்கிறது.

சமீப காலங்களில் 'யதார்த்தம்' எனும் கூறு தமிழ்ப் படங்களில் அதிகம் பேசப்படுவதன் காரணம் இவ்வகையானதே. எண்பதுகளில் கவர்ச்சிநடனம் எனும் கூறு வணிக உத்தியாகப் பயன்பட்டதுபோலவே இப்போது யதார்த்தம் பயன்படுகிறது. எழுபதுகளில் தீவிரமாகத் துவங்கிய இந்த யதார்த்த அணுகுமுறை பின்னர் விடுபட்டு இப்போது வெற்றி பெற்ற படங்களை மாதிரியாக முன்வைத்து மீண்டும் ஒரு பாணியாகத் துவங்குகிறது. இவ்வகையில் யதார்த்தத்தை அணுகும் படங்களைக் கவனித்துப் பார்த்தால் அவை யதார்த்தத்திற்கு முரணான பாடல்களைக் கைவிடவில்லை. சண்டையை, வன்முறையை, சகமனிதர் குறித்த மலினமான கிண்டல்களை, மனநோயைக் கைவிடவில்லை என்பதைக் காண முடியும். பாடல்கள், பழி தீர்க்கும் கதாநாயகர்கள், காதல், வன்முறை இதையே திரும்பத் திரும்ப இரண்டரைமணி நேரத்திற்குள் சொல்வது என்பதைத் தவிர வேறு எதாவது நிகழ்ந்திருக்கிறதா?

இவ்வகையான படங்களில் இருப்பதில் ஒன்றைச் சிறந்ததாக முன்வைத்து, அதன் மூலம் நம்மை நாமே பாராட்டிக்கொள்ளும்போது சராசரியான பார்வையாளன் சிறந்த திரைப்படம் என்று எதனைப் புரிந்துகொள்வான்? நமது படங்கள் சிறந்த திரைப்படங்கள் எனில் உலகமொழிகளில் உண்மையிலேயே சிறந்த படங்களை எப்படி அழைப்பது? சமீப வருடங்களில் இவ்வகையான சமன்பாட்டுத் திரைப்படங்களை முன்வைத்துச் சிறந்த திரைப்படங்கள் என்றும் இவை உலகத் தரம் வாய்ந்தவை என்றும் நமக்கு நாமே பேசிக்கொள்வது எவ்வளவு பெரிய அறியாமை? இத்தகைய திரைப்படங்கள் மாற்று ரசனையைக் கற்றுத் தருகின்றன என்று சொல்வது எத்தனை பெரிய மோசடி?

மாற்று என்பதற்குச் சாட்சியாக, வணிகம் கடந்து எதுவுமே அதிகம் நடக்காத தமிழ்ச்சூழலில் திரைப்பட ரசனை மேம்பாடு என்பது சிக்கலான ஒரு முயற்சியாகவே இருக்கிறது. ஏனெனில் சிறந்தது என்பதை அடையாளம் காட்ட நாம் முன்வைக்கும் உதாரணங்கள் ஆபத்தானவை. உதாரணத்திற்கு கடந்த ஐந்து வருடங்களின் சிறந்த தமிழ்ப்படங்களின் பட்டியலை எடுத்துக் கொள்ளலாம். இவற்றைச் சிறந்த மலையாள, வங்க, இந்தி

மொழிப்படங்களின் முன் ஒப்பீடாக வைத்தால் நம் படங்களின் நிலை என்ன? இது நம்மை நாமே தாழ்த்திக்கொள்கிற ஒரு செயல் அல்ல. மாறாகத் தற்பெருமைகளை விடுத்து உண்மையில் நம் தரம் என்ன என்று அறிவதற்காகவாவது இத்தகைய ஒப்பீடு அவசியமாகிறது. இத்தகைய தரப்பரிசோதனையை நாம் செய்துபார்த்தால் நாம் சிறந்ததென முன்வைக்கிற தமிழ்ப்படங்களின் வழியே பார்வையாளனுக்கு நாம் ஊட்டுகிற ரசனைப்பிழை எத்தகையது?

எனவே திரைப்படம் சார்ந்து தமிழ்ப் பார்வையாளரின் ரசனையை மேம்படுத்த, இதுவரை நாம் பார்த்து வளர்ந்த தமிழ்ப்படங்களின் வழியே நமக்குள் ஊறியிருக்கும் அபிப்பிராயங்களையும் நமது இயக்குநர்கள் மீதும், திரைப்படங்கள் மீதும் நமக்கு இருக்கிற அபிமானங்களையும் கைவிடுவதன் வழியே ரசனைமாற்றம் முதலில் மனதளவில் நிகழ வேண்டும். நம்மை நாமே புகழ்ந்து நமக்கு நாமே பட்டம் கொடுத்துப் பாராட்டிக்கொள்கிற சிறுமையைக் கைவிட்டு நூறுவருட சினிமா வரலாற்றில் உலகத்தின் சிறந்த படங்களைப் பார்வையாளருக்கு அறிமுகப்படுத்தி அதன்பிறகு நம் தரம் என்ன என்று யோசிக்க வேண்டும். திரைப்படமாக கதையமைப்பில், காட்சி அமைப்பில், படத்தொகுப்பில், அரசியல் பார்வையில், அணுகுமுறையில் சிறந்த படங்கள் எப்படி இயங்குகின்றன என்பதை, விவாதித்து, பகுத்து உணர்ந்து அவற்றின் முன்னால் நாம் சிறந்ததாகக் கருதும் தமிழ்ப்படங்களின் நிலை என்ன என்பதைப் பார்வையாளரின் திறந்த அபிப்பிராயத்துக்கு விடவேண்டும். கதைக்கு ஏற்ப படத்தின் கால அளவை யோசிக்காமல் வெளியாகும் திரைப்படங்கள் அனைத்தும் இரண்டரைமணி நேரம் இருப்பது ஏன்? எழுபத்தைந்து வருட தமிழ்ப்பட வரலாற்றில் கதையில், கால அமைப்பில் ஒரு எல்லையைக் கடந்து எதையுமே பரிசோதிக்க விரும்பாத நம் திரைப்படங்களை வித்தியாசமானது, புதுமையானது என்ற வார்த்தைகளால் எப்படிக் குறிக்க முடியும் என்பதை யோசிக்க வேண்டும்.

மேலும் ஒரு திரைப்படம் என்றால் இப்படியெல்லாம் இருக்க வேண்டும் என்று நமக்குள் இருக்கிற முன் அபிப்பிராயங்களைக் கைவிடும்போது ரசனை சார்ந்த தேர்வில் ஒரு திறந்த தன்மை ஏற்படுகிறது. இத்தகைய மனநிலையில் பார்வையாளருக்கு

நாம் சிறந்த படங்கள் என்று போற்றப்படுகிற இந்திய, மற்றும் உலக மொழிப்படங்களைத் திரையிடவேண்டும். மேலும் இத்தகைய ரசனை சார்ந்த மாற்றத்தை நாம் செய்ய விரும்பினால் அந்தப் பயிற்சியைப் பதினைந்து வயதுக்குக் குறைந்த சிறுவர்களிடமிருந்து துவங்குவது சிறப்பாக இருக்கும். கற்பனையும் விளையாட்டும் ததும்பி நிற்கிற பதின் வயதுகளில் சிறந்த திரைப்படம் அறிமுகமாகும் எனில் தரமில்லாத குப்பைகளை இனம் கண்டு ஒதுக்குகிற ரசனையை அந்த வயதிலேயே நாம் துவக்கிவைக்கமுடியும்.

அதுபோல் சிறந்த திரைப்படங்களை அறிமுகம் செய்யும்போது கதை சார்ந்த நேரடியான படங்களை முதலில் அறிமுகப்படுத்துவது அவசியமாகிறது. பை சைக்கிள் தீவ்ஸ், பதேர் பாஞ்சாலி எனத்துவங்கிப் புகழ்பெற்ற ஈரானியப் படங்கள் யாவும் நேரடியாகக் கதை சொல்பவை. இந்த நேரடித்தன்மையில், வாழ்க்கையின் சூழல் சார்ந்து யதார்த்தமான விஷயங்கள் அறிமுகமான பிறகு திரைக்கதையிலும், கதைசொல்லும் முறையிலும் உத்திகளைக் கையாள்கிற ரஷோமான் துவங்கி அமரோஸ் பெரோஸ் வரையிலான படங்களை இரண்டாம் கட்டமாக அறிமுகப் படுத்தலாம். மூன்றாம் நிலையில் கோடார்ட், தார்கோவ்ஸ்கி முதலானோரின் காட்சி சார்ந்த பரிசோதனை முயற்சிகளை அனுமதிக்கலாம். மேலும் இவ்வகையில் தேர்ந்த ஐம்பது படங்களைத் திரும்பத்திரும்ப பார்ப்பதன் மூலமும் அவை குறித்து விவாதிப்பதன் மூலமும் நுட்பமான ரசனை மாற்றத்தை ஏற்படுத்த முடியும். ‘ஒரு நாவலை முழுதும் புரிந்துகொள்ள அதை நான்குமுறை படிக்கவேண்டும்’ என்ற க.நா.சு.வின் மேற்கோள் திரைப்படத்துக்கும் பொருந்தும். ஒவ்வொருமுறை பார்க்கும்போதும் ஒரு நல்ல திரைப்படம் ஆழ்பிரதியெனத் தனக்குள் உட்பொதிந்த அடுக்குகளை அறிமுகம் செய்துகொண்டே இருக்கிறது.

நுட்பரீதியாக நடந்த அற்புதமான மாற்றங்களால் உலகின் சிறந்த திரைப்படங்களின் குறுந்தகடுகள் ஐம்பது ரூபாய்க்கும் குறைவாகக்கிடைக்கும் சூழலில் ஊருக்கொரு குறுந்தகடு நூலகத்தை ஏற்படுத்த வேண்டும். அதன்மூலம் ஊருக்கொரு எளிய திரைப்பட சங்கத்தைத் துவங்க வேண்டும். நண்பர்களைச் சந்திக்கும்போதும் விழாக்களின்போதும் அன்பளிப்பாகச் சிறந்த படங்களின் குறுந்தகடுகளை வழங்குவதன் வழியாகச் சிறந்த

படங்களைப் பரவலாக்க வேண்டும். திரைப்பட இயக்கங்களில் ஒவ்வொரு திரையிடல் முடிந்ததும் உறுப்பினர்கள் ஒவ்வொருவரும் திரைப்படம் குறித்த தங்களது பார்வையைப் பேச்சு மூலமாகவோ எழுத்து மூலமாகவோ பதிவு செய்யவேண்டும். முடிந்தால் பார்வையாளர்களின் அந்தப் பதிவுகளையும் விமர்சனங்களையும் திறனாய்வுகளையும் பதிப்பிக்கிற ஒரு சிற்றிதழை வெறும் திரைப்படத்துக்காக மட்டும் துவங்கவேண்டும். இதன் வழியே திரைப்படத்தை ரசனை சார்ந்தும் விமர்சனரீதியாகவும் வாசிக்கக் கற்றுக்கொள்ளும் பலவிதமான சாத்தியங்கள் ஏற்படும்.

'திரைப்படம் என்பது எடுப்பதன் மூலமே கற்றுக்கொள்ள முடியும் ஒரு கலை' என்றொரு மேற்கோள் இருக்கிறது. திரைப்பட இயக்கங்கள் தங்களது அடுத்த முயற்சியாகக் குறும்படங்களையும் அந்தப்பகுதி சார்ந்த அழிந்த கலைகளையும் விளையாட்டுகளையும் பதிவு செய்யும் ஆவணப்படங்களையும் எடுக்க வேண்டும். அதற்கான உரிய பயிற்சிகளை நுட்பம் சார்ந்து இயங்கும் நண்பர்களின் உதவியுடன் பயிற்சி வகுப்புகளை நடத்த வேண்டும். கலை இரவுகள், வணிகப்படங்களைக் கௌரவித்து விருதுகள் வழங்குவதை விடுத்து, இத்தகைய குறும்படங்களையும் ஆவணப் படங்களையும் திரையிட்டு அவற்றுக்கு விருதுகள் வழங்கவேண்டும்.

நமக்கான திரைப்படத்தை நாம்தான் எடுக்கமுடியும். பெரும்பணத்துடன் காத்திருக்கும் முதலாளிகள் தொடர்ந்து தயாரிக்கும் வணிகத்திரைப்படங்களுக்கு மாற்றாகச் சமரசமற்று நாம் தயாரிக்கும் படங்களுக்குச் சர்வதேச அளவில் திரைப்பட விழாக்களின் வழியே விற்பனை சாத்தியங்களை உருவாக்குவதன் மூலம் ஒரு மாற்று வணிகத்தைத் துவங்கமுடியும். ஜான் ஆபிரஹாம் துவங்க்ய ஒடேசா இயக்கம்போல மக்களிடமிருந்து சேகரிக்கப்படும் பணத்தின் மூலம் ஒரு தயாரிப்பு இயக்கமாகத் திரைப்பட இயக்கங்கள் மாறமுடியும். ஜான் ஆபிரகாம் துவங்கிய காலத்தில் படத்தின் கச்சாப் பொருளாக விலை உயர்ந்த படச்சுருள் இருந்தது. எனவே தயாரிப்புக்குப் பெரும்பணம் தேவைப்பட்டது. இப்போது வீடியோ தொழிநுட்பம் வந்துவிட்டதால் வெறும் பத்தாயிரம் ரூபாயில் ஒரு குறும்படத்தை எடுத்து விடமுடியும். ஒரு கணினியும் ஒரு பத்தாயிரம் ரூபாயில் ஒரு சிறிய வீடியோ கேமராவும் இருந்தால் ஒரு படத்தை எடுத்து அதன் படத்தொகுப்பு, ஒலிச்சேர்ப்பு வேலைகளை

அவரவர் இருக்கும் ஊரிலேயே செய்துவிடமுடியும். அதற்கான உபகரண வசதிகள் கொண்டதாகவும் திரைப்பட இயக்கங்கள் மாற வேண்டும்.

திரைப்பாடல்களுக்கு மாற்றாகக் கலை இரவுகளில் பாடப்படும் மக்கள் பாடல்களைக் காட்சியாகப் படம்பிடித்துத் திரையிடும் முயற்சிகள் துவங்கப்பட வேண்டும். இதன் வழியே பெருவாரியான மக்களைச் சேரும் விதமாகப் படம்பிடிக்கப்பட்ட மக்களுக்கான பாடல்களையும் குறும்படங்களையும் திரையிடுவதற்கான வெளி தொலைக்காட்சிகளில் உருவாகும். மாற்று ரசனை என்பது வெறுமனே மொழி தெரியாத படங்களைப் பார்ப்பதனால் மட்டுமல்ல, அதுமாதிரியான தரத்தில் படங்களை உருவாக்க முயற்சிக்கும் போதுதான் முழுமையாக ஏற்பட முடியும். பொதுவாகத் திரைப்படம் என்பது அதிக பொருட் செலவில் எடுக்கப்படுகிற பிரமாண்டமான விஷயம் என்ற மூடநம்பிக்கையைக் கைவிடவேண்டும்.

திரைப்படம் தன்னளவில் மிக எளிமையானது. பெரும் தொழிற்சாலைகளில் இயந்திரங்கள் துணி நெசவு செய்தாலும் கைத்தறித்துணி எப்போதும் தனித்துவம் மிக்கதாக இருப்பதுபோல பெரு முதலாளிகள் தயாரிக்கும் படங்களுக்கு மாற்றாக ஒரு கைத்தொழிலாகத் திரைப்படத்தை நாம் அணுகும்போது அதிலிருந்து வெளிப்படும் தனித்துவம் அலாதியானதாக இருக்கும். அத்தகைய அணுகுமுறையுடன் நமது உணர்வுகளையும் வாழ்க்கையையும் எளிமையாகப் பதிவுசெய்யும் குடிசைத் தொழிலாக திரைப்படத்தை மாற்றவேண்டும். பெரிய உணவுவிடுதிகளில் சமைக்கப்படும் உணவு எத்தனை தரமாக இருந்தாலும் அது வீட்டில் சமைக்கிற எளிய உணவிற்கு ஈடாவதில்லை. எல்லோருக்குமாக ஒரு பொதுச்சுவையை முன்வைத்து விடுதியில் சமைப்பதற்கும் வீட்டில் இருப்பவரின் ஆரோக்கியம் கருதி அன்புடன் சமைப்பதற்கும் வித்தியாசம் இருக்கிறது. படைப்பும் அவ்வகையானதே. பெரும்கூட்டத்தையும் வணிகத்தையும் முன்வைத்து இயங்கும்போது முந்தைய திரைப்படங்களின் வெற்றிக்குக் காரணமாக இருந்த பொதுச்சுவைக் காரணிகள் அவசியப்படுகின்றன. அதுவே கூட்டத்திற்காக அல்லாமல் ஒரு குடும்பத்திற்கானதாக இருக்கும்போது அதன் நோக்கம் நேர்மையானது. அதில் அக்கறையும் அன்பும் மட்டுமே இருக்கிறது. அத்தகைய அன்புடனும்

நேர்மையுடனும் தனித்தன்மையுடன் கூடிய கைப்பக்குவத்துடன் ஒரு வீட்டுத் தயாரிப்பாகத் திரைப்படத்தை (*Home made cinema*) எடுக்கவேண்டும்.

திரைப்படத்தின் வலிமையைத் துவக்கத்திலேயே உணர்ந்த லெனின் ரஷ்யாவில் ஒரு திரைப்படப் பள்ளியை நிறுவினார். ஏனெனில் மொழிகள் அனைத்திலும் வலிமையான காட்சிமொழி ஊடகங்களின் வழியே முதலாளிகளின் குரலையே பதிவு செய்கிறது. பணக்காரர்களின் முகங்களையும் மேல்தட்டு மக்களின் உடல்மொழியையுமே பதிவு செய்கிறது. உதாரணத்திற்குச் சினிமாவில் பெரும் பணத்தைச் சம்பளமாகப் பெறும் நடிகர்களே ஏழையையும் நடுத்தர, கீழ்த்தட்டு மக்களையும் பிரநிதிப்படுத்துகிறார்கள். இதில் யதார்த்தம் என்பது எது? மக்களுக்கான மாற்று சினிமாவை முதலாளிகள் எப்படி எடுப்பார்கள்? கோடிகளை முதலீடாக வைத்து எடுக்கப்படும் ஒரு படம் வாழ்க்கையையும் கலாசாரத்தையும் பிரதிபலிக்க வேண்டும் என்று எதிர்பார்ப்பது எவ்வளவு குழந்தைத்தனமானது?

எனவே கலகக்குரல்களைப் பதிவு செய்ய நினைக்கும் படைப்பாளர்கள் காட்சி மொழியைக் கையில் எடுக்கவேண்டும். மதம், சாதியம், அரசியல், சார்ந்த வன்முறையாளர்களின் உண்மையான முகங்களை வெளிச்சத்திற்குக் கொண்டுவர, காட்சி மொழியே வலிமையான சாட்சியாக இருக்கிறது. செய்தி ஊடகங்களும், திரைப்பட முதலாளிகளும் காட்சிமொழியின் வழியே நிகழ்த்தும் வன்முறைக்கு எதிராக நம் யதார்த்தத்தை நாம்தான் பதிவு செய்யமுடியும். என்றைக்கும் வன்முறையாளர்கள் அதிகம் பயப்படுகிற ஆயுதம் ஒளிப்பதிவுக் கருவியாகவே இருந்திருக்கிறது. எனவே அந்த ஆயுதம் பழகவேண்டும். ஆவணப் படமோ, கதைப் படமோ நுட்பம் பற்றிய பயம் தெளிந்து எளிய படங்களை நாம் எடுக்கத் துவங்க வேண்டும். ஏனெனில் எந்தக் கலைசார்ந்து இயங்கினாலும் இந்த நூற்றாண்டில் ஒரு படைப்பாளனின் சிறந்த வேலை படம் எடுப்பதாகத்தான் இருக்க முடியும்.

⓿

6
புதிய அலையின் துவக்கம்

புயல் சின்னம் கரைகடக்க முயல்வதைக் காட்டும் வரைபடம்போல தமிழ்த் திரைப்படங்களின் சமீபகால நகர்வை அவதானிக்கும்போது அதனுள் சில நம்பிக்கையான கூறுகள் தென்படுவதை நாம் உணர முடியும். கடந்த பத்துவருடங்களில் மெல்லத்துவங்கிய இந்த மாற்றம் அல்லது மாற்றத்தை விரும்புவதாகத் தொனிக்கும் இந்த பாவனை எங்கிருந்து துவங்கியது? அதன் வழியே நிகழவிருக்கும் சாத்தியங்கள் என்னென்ன? என்பதை நேரடியான, பலநேரங்களில் மறைமுகமான அதன் விளைவுகளிலிருந்தே காணமுடியும். தமிழ்த் திரைப்படத்தின் மாற்றங்கள் என்று பொதுப் பார்வையிலிருந்து விலகி, படைப்பியல் சார்ந்து, கதை சொல்லலில் அது அணுகியிருக்கும் விதத்தில் இதுவரையில் இங்கு நடந்ததைத் தனித்தனியாக ஆய்ந்து நோக்கும்போது சில உண்மைகள் நமக்குப் புரியவரும்.

திரைப்படத்தின் அடிப்படையான கூறு அதன் கதை சொல்லல் என்று நாம் நம்புகிறோம். கதையைத் தொடர்ச்சியான காட்சிகள் மற்றும் உரையாடல் வழியே முடிவை நோக்கிச் சாமர்த்தியமாக நகர்த்திச்செல்கிற திரைக்கதையின் மூலம் நேரிழையாகக் கதை சொல்வதே வழி வந்த நம் மரபாக இருக்கிறது. அதைக் கலைத்துப்போட்டு கதையைப் படத்தின் உப காரணியாக்கி உணர்வுகளை மட்டுமே பிரதானமாக நிறுவுகிற பரிசோதனை முயற்சிகள் உலக மொழிகளில் செய்யப்பட்டபோதும் நாம் அந்த விளிம்புகளை இன்னும் யோசிக்கவேயில்லை. அது ஒருபுறம் இருக்க முப்பதுகளில் துவங்கிய திரைப்படக்கலை

இந்த எழுபத்தி ஐந்து வருடங்களில் கதை சார்ந்து என்ன மாற்றங்களை எய்தியது? அதில் ஆண் பெண் ஈர்ப்பைத் தவிர தமிழ்நாட்டில் வேறு எதுவுமே நிகழவில்லையா? ஆய்வைத் துவங்குகிற எவருக்கும் தோன்றுகிற இந்த அடிப்படையான கேள்வியை நாம் பொருட்படுத்த வேண்டும். ஆனாலும் திரைப்படத்தின் அடிப்படை யான கதை அமைப்பையே நாம் கேள்விக்குட்படுத்தினால், அதன் இயல் சார்ந்த வளர்ச்சியை நோக்கி நாம் முன்னகர முடியாது. எனவே அதன் நோய்க்கூறுகளை ஒத்துக்கொண்டு அதன் பலவீனத்துக்குள்ளிருந்து நாம் அதை அணுகவேண்டியது அவசியமாகிறது.

ஒரு ஆண், பெண்ணைக் கவர்வதற்கான விதவிதமான உத்திகளே, மனநிலைகளே பெரும்பான்மையான நம் படங்களின் பொதுக்குணமாய் இருக்கிறது. இதில் குடும்பம், சமூக அக்கறை, அநியாயத்தை எதிர்ப்பது, பழிவாங்குவது, நல்ல கருத்தை உபதேசிப்பது, இதெல்லாம் உபரிச்சரக்குகள். கதையின் அடிப்படைச் சரடு பெண் ஈர்ப்பு. காதல், கைக்கிளை, பிரிவு, சோகம் எல்லாம் இதன் பின் வருபவை. எனவே கதை என்று வகைப்படுத்தும்போது எல்லாமே காதலும் அது சார்ந்த கதைகளுமாகவே இருக்கின்றன. விலக்காக வந்த சில படங்கள் எண்ணிக்கையில் இதன் சதவீதத்தின்முன் பொருட்படுத்த முடியாத அளவுக்குக் குறைந்தவை. அப்படிக் காதலையே எழுபத்தைந்து வருடங்கள் எடுத்துக்கொண்டிருக்கும் நாம் அந்த ஒரு துறையிலாவது பிறர் அணுக முடியாத புலமையைப் பெற்றிருக்கிறோமா? உலகின் மிகச்சிறந்த காதல் படங்களென எத்தனை தமிழ்ப் படங்களைச் சொல்ல முடியும்?

நாயகன், நாயகி, ஒரு பொது எதிரி இந்த மூன்று பாத்திரங்களை எடுத்துவிட்டால் தமிழ்த் திரைக்கதையின் அமைப்பு என்னாகும்? பொதுமைப்படுத்திப் பார்த்தால் நம் திரைப்படங்களின் கதை இந்த மூன்று பாத்திரங்களைச் சுற்றியே சுழல்கிறது. நாயகனின் வாழ்க்கைச் சூழல், நாயகியின் குடும்பப் பின்னணி இரண்டும் முரணானவை. இருவருக்குமான இந்தத் தகுதி இடைவெளி சுருங்கி இருவரும் நெருங்கிவிடாமல் இருக்க ஓர் எதிரி. இதையெல்லாம் மீறி அவர்கள் சேர்ந்தார்களா சேரவில்லையா என்பதே நம் எழுபத்தைந்து வருட திரைப்பட வரலாறு. இதில் கறுப்பு வெள்ளைப் படங்கள் காலத்தை அதிகம் மேடையமைப்பைச் சார்ந்தவையாகக் கருதமுடியும். ஒரு

காட்சியில் வரிசையாக நடிகர்கள் வந்து பார்வையாளர்களை நோக்கி நிற்பதும், அருகருகே இருந்து இருவர் பேசும்போதும் ஒருவர் கேட்கிற கேள்விக்கு மற்றொருவர் அவரைப் பார்த்துப் பதில் சொல்லாமல் பார்வையாளரைப் பார்த்துப் பதில் சொல்வதையும் பார்க்க முடியும். ஒலிவாங்கி இல்லாத காலத்தில் ராஜபார்ட் நடிகர்கள் ஏழு கட்டை சுதியில் நேரடியாகப் பார்வையாளனை நோக்கிக் கத்திப்பேசியது மாதிரி இன்றைக்கும் நடிகர்கள் கைநீட்டிப் பேசுகிற பஞ்ச் வசனங்களைப் பார்க்க முடியும். இவ்வகையில் கதையிலும் காட்சி அமைப்பிலும் உரையாடலிலும் ஒருவிதமான செயற்கைத்தன்மையும் மிகை நாடகத்தன்மையும் இன்றுவரை தொடர்ந்து நிகழ்ந்துவருவதற்குத் திரைப்படம் நடிகர்களைச் சார்ந்து இயங்கிவந்திருப்பதே முக்கியமான காரணமென்று சொல்லலாம்.

தமிழ் சினிமாவின் மாற்றத்தைக் காலவரிசைப்படுத்தினால் அதை இயக்குநர்களின் பெயரால் பிரிக்க முடியாது. நம் வசதிக்காக பீம்சிங் காலம், ஸ்ரீதர் காலம், பாலசந்தர் காலம் எனப்பிரித்துப் பார்த்தாலும் பாகவதர், எம்ஜிஆர் எனத் துவங்கி ரஜினிகாந்த் வரையில் நடிகர்களின் ஆதிக்கமே இங்கு வலிமையானது. ஏனெனில் நுகர்வுக்கான பொருளாகக் கருதப்படும் திரைப்படத்தின் சந்தை மதிப்பை நடிகர்களே தீர்மானிக்கிறார்கள். அதற்கு ஓர் இயக்குநரின் படைப்புத்திறமை பின்னிருந்ததே தவிர அது தனித்த ஆளுமையாக மேலெழவில்லை. அப்படியே மேலெழுந்தாலும் அது நடிகர்களின் பெரும்பான்மையும் கவர்ச்சியும் எழுப்பும் கோஷத்தின் முன்பு மெலிந்த ஒற்றைக்குரலாகவே காற்றில் கரைந்தது. எனவே வீரனாக, வெற்றிகரமான காதலனாக, சமூகத்திலிருக்கும் சகலரையும் புரட்டிப்போடுகிற சாகசக்காரனாக, எப்போதும் வெற்றி பெறுபவனாக ஒரு படிமத்தை ஏற்படுத்திக்கொள்கிற ஒரு நடிகர் தனது படிமம் கலைந்துவிடாத ஒரு கதையையே இயக்குநரிடம் இருந்து எதிர்பார்க்கிறார். எம்ஜிஆரிலிருந்து துவங்கும் இந்த வார்ப்பிலேயே திரைப்படங்கள் எடுக்கப்பட்டன. வெற்றியும் அடைந்தன. கதை என்பது எழுத்தாளனின் வேலையாக இருக்கிறது. ஆனால் நம் திரைப்படங்களைப் பொருத்தவரை அந்தக் கதை என்பது நடிகர்களின் படிமத்திற்கேற்ப புனைகிற ஒன்றாகவே இருந்து வந்திருக்கிறது. உதாரணத்திற்கு எம்ஜிஆர் நடித்த பல படங்களின் கதைகளை சிவாஜிகணேசனுக்குப் பொருத்திப்பார்க்க முடியாது.

ஒரு நடிகர் இரண்டு மூன்று படங்களில் தொடர்ந்து வெற்றி பெற்றதும் அவரது முந்தைய வெற்றிகளில் ரசிக்கப்பட்ட விஷயங்களை மாதிரியாக வைத்து ஒரு வார்ப்பு தயாராகிறது. அந்த வார்ப்பில் தொடர்ந்து கதைகள் வார்க்கப்படுகின்றன. இந்த வார்ப்புகளில் எம்ஜிஆர் படங்களின் கதை அமைப்பு தொடர்ந்து வெற்றியடைந்த ஒரு மாதிரிவடிவம். நாயகன் பெரும்பாலும் ஏழையாக, சாதாரண தொழில் செய்பவனாக இருப்பான். எம்ஜிஆரின் பலபடங்களில் அவர் ரிக்ஷாக்காரனாக, மீனவ நண்பனாக, தொழிலாளியாகத் தன்னைக் காட்டிக்கொள்வதன் நோக்கம் இதுதான். சராசரிப் பார்வையாளன் படத்தில் வருகிற நாயகனுடன் தன்னை அடையாளப்படுத்திக்கொள்ள இதுமாதிரியான பாத்திர அமைப்பே சரியாக இருந்தது. அரசியல் காரணங்களுக்காக எம்ஜிஆர் ஏற்படுத்திய அந்த வார்ப்பு காரணமின்றி இன்றும் தொடர்கிறது. இன்றைய நாயகர்களும் சாலையோரத்தில் இருக்கிற கிழவிகளைக் காப்பாற்றுகிறார்கள். கதை துவங்கிச் சில நிமிடங்களில் நாயகிக்கு, எதிரியால் ஏதோ ஆபத்து வருகிறது. எங்கிருந்தாவது பறந்துவந்து அவளைக் காப்பாற்றுகிறார்கள். மீதிக்கதை நம் எல்லோருக்கும் தெரியும்.

இது மாதிரியாகத் தொடர்ந்து அச்சில் வார்க்கப்படும் கதை அமைப்பு, நடிகர்களை மையமாகக்கொண்டு இயங்குவதால் அதற்குள் இருக்கும் பாடல் என்ற அமைப்பும் இந்த வார்ப்பை உறுதி செய்வதற்கு ஊடுகம்பிகள் போல இருக்கின்றன என்பதைப் பார்க்க முடியும். எம்ஜிஆர் காலத்திலிருந்து இன்று வருகிற நாயகர்களின் படங்கள் வரை வெற்றிபெற்ற படங்களில் பத்துப் படங்களை எடுத்து அவற்றில் பாடல்களின் இருப்பிடத்தை, அவை ஒரு படத்தில் எத்தனையாவது நிமிடத்தில் வருகின்றன என்று பட்டியலிட்டால் ஆச்சர்யமான ஒற்றுமை இருப்பதைப் புரிந்துகொள்ள முடியும். படம் துவங்கிய பத்தாவது நிமிடத்திற்குள் ஒரு பாடல் இருக்கும். இது அறிமுகப்பாடல். அதுபோல கதை முடிவதற்குப் பத்து நிமிடங்கள் முன்பு - எம்ஜிஆர் மாறுவேடத்தில் வந்து எதிரிகளின் முகாமுக்குள் போய்ப் பாடியதைப் போல - ஒரு குத்துப்பாடல். கதை முடியப்போவதால் இந்தப்பாடல் நிச்சயமாக வேகமான தாள அமைப்பைக் கொண்டிருக்க வேண்டும். 'அன்பே வா' துவங்கி 'சிவாஜி' வரையில் இந்தப் பாடலின் சமன்பாடு துல்லியமாகப் பயன்படுத்தப்படுகிறது. இடையிலிருக்கும் மூன்று பாடல்கள் நாயகி தனியாகக் காதல் வரும்முன் காண்கிற கனவுப்பாடல்,

காதல் வந்ததும் இருவரும் சேர்ந்து பாடுகிற ஜோடிப் பாடல். இதில் தனிப் பாடல்கள் நாயகனின் வீர பராக்கிரமங்களைச் சொல்லும். காதல் பாடல்கள் அவன் உயர்ந்த ரசிகனாக கூடலின் பலவிதமான உணர்வுகளைச் சிலேடையாக, பெண் உடல் குறித்த வர்ணனையுடன் வெளிப்படுத்துபவதாகப் புனையப்படும். மொத்தத்தில் இந்தப் பாடல்கள் நாயகனின் துதிபாடும்.

கவனித்துப் பார்த்தால் தமிழ்த் திரைக்கதை அமைப்பினுள் இந்த வார்ப்பு எவ்வளவு உறுதியாக இயங்குகிறது என்பதைப் புரிந்துக்கொள்ள முடியும். நாயகனுக்கேற்ற கதை, அவனைத் துதிபாடும் பாடல்கள். இந்த இரண்டு எல்லைக்குள் கதை என்பது எப்படி சுதந்திரமாக இயங்கமுடியும்? இப்படி நாயகனை மையமாகக்கொண்டு இயங்குகிற கதை அமைப்பில் இதுவரையிலான நாயகர்களின் பாத்திரப்படைப்பை ஆய்வுசெய்தால் இன்னொரு உண்மை புரியவரும். கதையில்வரும் நாயகர்கள் பெரும்பாலும் இளைஞர்கள். கதையில் அவர்களுக்குத் திருமணம் நடந்திருக்காது. நடந்தாலும் குழந்தைகள் இருக்காது. நிஜத்தில் எத்தனை வயதானாலும் கதையில் அவர்கள் காதலர்களாகவே இருப்பார்கள். அதுபோல தமிழ்த் திரையுலகில் இன்றுவரை திரைக்கதை எழுத்தாளர்கள் என்றொரு இனமே தோன்றாததற்கு இதுவே அடிப்படையான காரணம். திரையுலகின் ஒவ்வொரு காலகட்டத்திலும் புதுமைப்பித்தன் உள்ளிட்ட தீவிரமான எழுத்தாளர்கள் வந்து தோல்வியுடன் திரும்பிப் போனதற்கும் இந்தக் கதை வார்ப்புகளே காரணம். முன்பு கதைக்கென ஓர் இலாகா இருந்ததற்கும் தற்போது கதை விவாதம் என்ற ஒரு தேவை இருப்பதற்கும் இந்தச் சமன்பாடுகளே காரணம்.

இந்தச் சமன்பாட்டில் கதாநாயகனுக்குத் தேவைப்படுவதெல்லாம் ஒன்றுதான். சாகசம். இந்தச் சாகசத்துக்கு எல்லை இல்லை. ஒரு படத்தில் முதல்மாடியிலிருந்து அந்த நாயகன் குதித்து நாயகியைக் காப்பாற்றினான் என்றால் அடுத்த படத்தில் அதைவிடவும் உயர்ந்த கட்டடத்திலிருந்து குதித்தால்தான் ரசிகன் பரவசமடைவான். எனவே இந்தக் கற்பனையான சாகசத்துக்கும் அதன் அபத்தத்துக்கும் அளவே இல்லை. மேலும் இந்தச் சாகசங்களைப் புனையும்போது அந்தச் சாகசத்தை யாருக்கு எதிராகச் செய்கிறோம் என்பது

முக்கியமானது. எனவே நாயகனை எதிர்க்கிற எதிரி மிகுந்த வலிமையானவனாகப் படைக்கப்பட்டான். இதுவரையில் நம் படங்களில் உருவாக்கப்பட்ட வில்லன் பாத்திரங்களின் பின்னணியை யோசித்துப்பார்த்தால் இந்தச் சூக்குமம் புரியும். பொதுவாக இன்றுள்ள படங்களில் நாயகனின் எதிரியாக அரசியல்வாதிகளே இருக்கிறார்கள். காரணம் அதிகாரம் தரும் பிரமாண்டம் அளவில்லாதது. இந்த அரசியல்வாதிகளை எதிரிகளாகக் காட்டுவதற்கும் ஒரு முன்தொடர்ச்சி இருக்கிறது. எம்ஜிஆர் நாயகனாக இருந்தபோது திராவிட இயக்கத்தின் முகமாக முன்வைக்கப்பட்டார். அரசியலில் அவர் தன்னையும் தான் சார்ந்த இயக்கத்தையும் பலம் பொருந்தியவராகக் காட்டிக் கொள்ள தன் எதிரிகளாக அரசியல்வாதிகளைச் சித்திரித்தார். ஏனெனில் அன்றிருந்த அரசியல் சூழல் அப்படி இருந்ததால் அந்தச் சமன்பாடு பெருவெற்றி அடைந்தது. ஆனால் இன்று அதற்கான தேவைகள் இல்லாதபோதும் அந்தச் சித்திரிப்பு தொடர்கிறது. தொடர்ச்சியாகத் தமிழ்த் திரைப்பட வரலாற்றில் வில்லனின் பலம் என்றொரு விஷயத்தை மட்டும் கவனித்தால் படிப்படியாக அது உயர்ந்து வந்திருப்பதைப் பார்க்க முடியும். தொடர்ந்து வளர்ந்துவரும் அந்தப் பலத்தை எதிர்கொள்ள கதைக்குள் சாமானியனாக ஏழைகளின் தோழனாக இருக்கிற நாயகனால் எப்படி முடியும்?

எதிர்க் கதாபாத்திரத்தின் வலிமை கூடக்கூட, கடைசியில் வெற்றிபெற வேண்டிய நாயகனின் பலம் அதைவிடக் கூட வேண்டியது நம் சமன்பாட்டின்படி அவசியம். அதற்கு நம் நாயகன் என்ன செய்ய வேண்டும்? ரௌடியாக, எதையும் எதிர்க்கிற பொறுக்கியாக, மனநோய் மிக்கவனாக, கொலைகாரனாக மாறவேண்டும். சமீப வருடங்களில் நமது கதாநாயகர்கள் தாதாக்களாகவும் மனநோயாளிகளாகவும் மாறியதற்குப் பின்னிருக்கும் தவிர்க்க இயலாத காரணம் இதுதான். இன்னொரு புறம் ஒவ்வொரு படத்திலும் சாகசங்கள் முன்பு செய்ததைவிட அதிகமாகத் தேவைப்படுகின்றன. இந்த இடத்தில் ஒன்றை நாம் யோசிக்க வேண்டும். ஒரு திரைப்படம் எத்தனை சாகசங்கள் மிகுந்ததாயினும் அந்தச் சாகசங்களை நிகழ்த்துவதற்குக் கதைக்குள் நம்பகத்தன்மைக்கான பின்புலம் இருக்க வேண்டும். அது இல்லாதபோது பார்வையாளன் சோர்வடைகிறான். தொடர்ந்து நூறுபேரை வீழ்த்தும் நடிகன் மீது அவனுக்கிருக்கும் சலிப்பினால் அவனது

பிரமை மெல்லக்கலையத் துவங்குகிறது. எழுபத்தைந்து வருடமாகத் தமிழ்சினிமாவின் வணிகர்களும் படைப்பாளிகளும் கட்டமைத்திருந்த நடிகனின் பொய்யான ஒளி வட்டம், பார்வையாளன் அடையும் இந்த நம்பிக்கையின்மையிலிருந்து முதன்முறையாகக் கலையத் துவங்குகிறது. தமிழ்த் திரைப்பட உலகில் மாற்றங்கள் வருவதாக நாம் நம்புவதற்கான காரணம் இந்தப் புள்ளியிலிருந்துதான் துவங்குகிறது.

எம்ஜிஆரின் காலத்தில் திரைப்படம் தவிர அவரது பிம்பத்தைச் சில பத்திரிகைகளில் மட்டுமே பார்க்க முடியும். ஆனால் இன்றுள்ள எந்தப் பிரபலமான நடிகருக்கும் இருக்கும் வெளிப்பாடுகள் அதீதமானவை. தொலைக்காட்சி, பத்திரிகைகள், இணையம் என்று பிம்பங்கள் கொட்டிக்கிடக்கின்றன. இது வளர்ச்சி என்று ஒத்துக்கொள்ளும் அதே நிலையில் இது தரும் ஒரு விதமான சலிப்பும் மலினத் தன்மையும் பார்வையாளனின் ஆழ்மனத்தில் இருக்கும் கவர்ச்சியை மழுங்கவைக்கிறது. இந்த நிகழ்வு மறைமுகமானது. ஊடகங்களின் அதீதமான வெளிப்பாடு ஒருபுறம். இன்னொருபுறம் திரைப்படத் தயாரிப்பில் இருக்கிற ரகசியங்கள் தொடர்ந்து வெளியாகத் திரைப்படம் தனக்கெனக் கொண்டிருக்கும் மாயைகளை இழக்கத் துவங்குகிறது. எம்ஜிஆர் பத்துப்பேருடன் சிலம்புச்சண்டை போடும்போது பார்வையாளனுக்கிருந்த நம்பகத்தன்மை இப்போதிருக்கும் ஒரு நாயகன் பத்துப் பேரை வீழ்த்தும்போது ஏற்படுவதில்லை. எம்ஜிஆர் தான் போடும் சண்டைகளில் எந்த நேரத்திலும் தோற்றுவிடுவார் என்பதற்கான கூறுகள் பார்வையாளனை ஒரு பதட்டத்தில் வைத்திருக்கும். காயம்பட்டு, உதடு கிழிந்து கத்தியைத் தவறவிட்டு என்று பல சந்தர்ப்பங்கள் எதிரிக்குத் தரப்படும். ஆனால் இன்று அப்படியில்லை. மேலும் இன்று இது தொழில்நுட்பம் என்பது எல்லோருக்கும் தெரியும். நூறுபேர் எதிர்த்தாலும் இறுதியில் நாயகனே வெல்வான் என்பதும் பலவருடங்களாக நாம் பார்த்துச் சலித்த உண்மை. இந்தச் சண்டையில் எத்தனை வித்தியாசம் காட்டினாலும் ஜெயிப்பது யாரென்று துல்லியமாகத் தெரிந்தபின் சுவாரஸ்யத்துக்கு எங்கு இடமிருக்கிறது.? இன்று திரையரங்கில் பாடல் என்பது எவ்வளவு அயர்ச்சியைத்தரும் ஒன்றாக இருக்கிறதோ அதேபோலவே சண்டைக்காட்சிகளையும் அது எழுப்பும் அதிகமான சத்தத்தையும் பார்வையாளன் அயர்ச்சியாகவே உணர்கிறான். இவ்வாறு திரையில் நிகழ்வது பொய் என்று

பார்வையாளன் நினைக்கும் கணத்திலேயே ஒரு நடிகன் தனது சாகசப் படிமத்தைப் பரிதாபமாக இழக்கிறான்.

இந்நிலையில் இந்த இழப்பைச் சரிசெய்வதற்காகப் புறத்தில் நிகழும் முயற்சிகள் தந்திரமானவை. திரையில் தான் தொடர்ந்து இழந்துவருகிற கவர்ச்சியைத் திரைக்குவெளியில் காட்டி தனது பிரமாண்டத்தை மெய்ப்பிப்பதற்காகவே ஒவ்வொரு நடிகரும் தங்களுக்கென ரசிகர்மன்றங்களை அதிக அளவில் ஊக்குவிக்கிறார்கள். பிரமாண்டமான உருவ அட்டைகளும் பால் அபிஷேகமும் இதன் பின்னிருக்கும் அரசியல். ஒவ்வொருமுறை படம் வெளியாகும்போதும் இந்தப் பிரமாண்டமான கண்காட்சி நடக்கிறது. அரசியல்வாதிகள் மாநாட்டின்போது கூட்டம் கூட்டிப் பலத்தைக் காட்டுவது போன்ற செயல்தான் இதுவும். ஒரு நடிகர் நினைத்தால் தன்பெயரில் நடக்கிற இந்த முட்டாள்தனங்களை நிறுத்த முடியாதா? ஏனெனில் கோடிகளைக் கொட்டிப்படமெடுக்கும் முதலாளிகளுக்கு முன் தன் படங்களுக்குப் பெரிய வரவேற்பு, முதல் வாரங்களில் இருப்பதாகக்காட்டிக்கொள்ளும் அவசியம் வணிக நிமித்தமாக ஒரு நடிகருக்குத் தேவைப்படுகிறது. எனவே ரசிகர் மன்றங்கள் தொடர்ந்து ஊக்குவிக்கப்படுகின்றன. ஊடகங்கள் கண்காணிக்கும் பெருநகரங்களில் இவ்வாறு செய்யப்படும் ஜோடனைகள் மக்கள் மத்தியில் ஈர்ப்பை உருவாக்குகிறது. படம் வெளிவந்ததும் உண்மையிலேயே மக்கள் எந்த வேலையும் செய்யாமல் திரையரங்கின் வாசலில் காத்திருப்பது போன்ற பிரமையை ஊடகங்கள் உருவாக்குகின்றன. ஆனால் உண்மை மிகவும் நகைச்சுவையானது. வெற்றிகரமாக ஓடுவதாகச் சொல்லப்படும் இப்படங்களை அதன் இருபதாவது நாளின் பிறகு திரையரங்கின் உள்ளே சென்று பார்த்தால் அங்கிருக்கும் காலியான இருக்கைகள் படத்தின் உண்மை நிலையைச் சொல்லும். ஆனாலும் அந்தப் படங்கள் நூறு நாட்கள் கடந்து ஓடுவதாகவும் வசூல் சாதனைகளை முறியடித்ததாகவும் சொல்லப்படும்.

ஒரு நடிகரின் வணிக மதிப்பு ஊடகங்களுக்கும் அவசியப்படுவதால் இந்தப் புனைவு கூட்டு முயற்சியாகவே நிகழ்த்தப்படுகிறது. இவ்வாறு நடிகர் தன் ரசிகர்களை ஊக்குவித்து, முதல் நாட்களில் அதிகமான விலையில் நுழைவுசீட்டுகளை

வாங்கவைத்து வசூலை உயர்த்திக்காட்டித் தன் படிமத்தைத் தற்காத்துக்கொள்ளவேண்டிய அவசியம் எங்கிருந்து துவங்கியது?

இன்னொருபுறம் உலகமயமாக்கலின் பின் அந்நிய நுகர்பொருட்கள் நேர்த்தியாகவும் கவர்ச்சியாகவும் வந்திறங்கிய பின் உள்ளூர் வியாபாரிகளின் தொழில் கேள்விக்குள்ளாவதைப் போல திரைப்படமும் தனது சந்தையில் சில சவால்களை எதிர்கொள்கிறது. நேரடியாக மொழியாக்கம் செய்து வெளியாகும் சாகசம் நிரம்பிய பிரமாண்டமான படங்கள், தரமான அந்நியமொழிப் படங்களின் குறுந்தகடுகள், வெளி நாட்டுத் தொலைக்காட்சிகளின் பாடல் அலைவரிசைகள் முதலியவை பார்வையாளனுக்கு புதிய காட்சி அனுபவத்தை வழங்கத் துவங்கிவிட்டன. அதைப் பார்த்துப் பழகுகிற பார்வையாளன் நம் நாயகர்களின் சண்டைக் காட்சிகளையும் பிரமாண்டத்தையும் பாடல்களையும் கேலியாகப் பார்ப்பது இயல்பானது. எனவே இத்தனை வருடங்களாக சாகச நாயகனாகத் தன்னை நம்பவைத்த நடிகனின் ஒப்பனை மெல்ல வெளுக்கத் துவங்குகிறது. திரைப்படத்தினுள் காவல்துறை அதிகாரிகளையும் அரசியல் பொறுப்புகளில் இருப்பவர்களையும் பந்தாடுகிற நாயகன் படம் வெளியானதும் அந்தப் படத்தின் திருட்டுக் குறுந்தகடை விற்கிற சாதாரண வியாபாரியைக்கூட சமாளிக்க முடியாமல் காவல்நிலையத்தில் போய்ப் புகார் கொடுக்கிற செய்திகள் நாம் அறிந்தவை. தேச ஒற்றுமைக்காக நடித்து, திரைக்குள் குடிசை எரிந்தாலே ஓடிவந்து காப்பாற்றி கைநீட்டி வசனம் பேசுகிற நாயகர்கள், கோயமுத்தூர் குண்டுவெடிப்பின்போதோ, ஆழிப்பேரலை அழிவுகளின்போதோ, குஜராத் பூகம்பத்தின்போதோ ஒரு வார்த்தை கூடப்பேசவில்லை. இன்னொருபுறம் வருமானவரித் துறையினர் நாயகர்களின் வீடுபுகுந்து சிறை வைக்கிறார்கள். இத்தனை நிகழ்வையும் தினமும் செய்திகளில் பார்க்கிற பார்வையாளன், திரையில் ஏழைகளுக்காக நாயகன் ஓடிவந்தால் சிரிக்காமல் என்ன செய்வான்? எனவே திரையில் நடப்பது பொய். வெறும் பொழுதுபோக்கு என்று நினைக்கத் துவங்கும்போதே பார்வையாளனின் மனத்தில் இருந்த நாயகன் வெளியேற்றப்படுகிறான். இத்தனை வருடமாகத் தமிழ்த் திரைப்பட வரலாற்றில் நடந்த காட்சிகளில் திருப்பம் மிகுந்த காட்சி இதுதான். இந்தக் காட்சியிலிருந்து ஒரு புதிய தமிழ்ப்படம் துவங்குகிறது. அந்தப் பருவ மாற்றத்தின் முன்

அடையாளங்களே தமிழ்ச்சூழலில் இப்போது நடக்கும் மாற்றங்கள்.

இதற்கு முன்னால் எழுபது-எண்பதுகளின் துவக்கத்தில் ஜெயகாந்தன், நிமாய்கோஷ், பாலு மகேந்திரா, மகேந்திரன், ருத்ரையா, பாரதிராஜா எனத் துவங்கிய ஓர் அலையின் எழுச்சி இந்த வணிகச் சமன்பாடுகளின் முன் தங்கள் எதிர்ப்பைத் துணிச்சலுடன் பதிவு செய்தது. நடிகர்களின் ஆதிக்கம் உச்சத்திலிருந்த அந்தக் காலத்தில் அவர்கள் செய்துபார்த்த இந்த முயற்சிகள் பொது ரசனையில் சலனத்தை ஏற்படுத்தின. தரத்தின் அளவீடாக ஒப்பிட்டுப்பார்க்கும் முன்மாதிரிகளாக இருந்தன. எனினும் இதே வழியில் தொடர்ந்து இயங்கமுடியாதவாறு வணிகச் சூழ்ச்சிகள் அவர்களின் முயற்சிகளைத் தடுத்தன. எனவே மீண்டும் நாயகர்களும் அவர்களின் போலிசாகசங்களும் அதே தீவிரத்துடன் தொடர்ந்தன. ஆனால் இப்போது இருக்கும் சூழல் எழுபதுகளில் இருந்து முற்றிலும் வேறானது. நடிகர்களின் கவர்ச்சியும் சாகசமும் தாமாகவே முடிவுக்குவரும் பருவத்தில் புதிய அலைக்கான சாத்தியங்கள் தெரிகின்றன. இதற்குச் சான்றாகக் கடந்த பத்துவருடங்களில் மெல்லத்துவங்கிக் கடந்த ஐந்து வருடங்களில் சற்றுத் தீவிரமடைந்திருக்கும் இந்த ஆரோக்கியமான போக்கை நாம் கவனிக்கலாம்.

கடந்த பத்து ஆண்டுகளில் தமிழ் ரசனையின் மாற்றத்திற்கான எளிய துவக்கமென இரண்டு படங்களைச் சொல்லலாம். பாலா இயக்கிய சேது, தங்கர் பச்சானின் அழகி. இந்த இரண்டு படங்களும் வெவ்வேறுவிதமான முன் மாதிரிகளை நமக்குத் தந்தன. பாத்திரப்படைப்பில் அதன் இயல்பில் சேது அதிர்ச்சிதரும் மாதிரிகளை முன்வைத்தது. அதுவரையில் ஒப்பனையின் மூலமே உருவமாற்றத்தைக் கண்டிருந்த தமிழ்ச்சூழல் முதன்முறையாக பாத்திரப் படைப்பில் தேவைப்படும் நம்பகத்தன்மையை அதிர்ச்சியுடன் உணர்ந்தது. சேது, சாகசம் அறியாத மன நோயாளியாகத் தன் காதலியை இழந்தான். அழகி இயல்பான மனிதர்களின் ஏக்கத்தையும் நினைவுகளையும் பதிவு செய்தது. இதன் நாயகனும் சாகசம் அறியாது சமூக விதிகளுக்கு உட்பட்டு சாதாரண மனிதனாகத் தன் காதலியை இழந்தான். பாத்திரப் படைப்பினாலும் கதைச் செறிவினாலும் இரண்டு படங்களும் பொதுரசனையில் அழுத்தமான தாக்கத்தை ஏற்படுத்தின.

கடந்த ஐந்து வருடங்களில் பெருவெற்றியடைந்த படங்கள் எவை? வியாபாரரீதியாக வெற்றி, நகரத்தில் நூறுநாள் ஓடியவை என்ற தகவல்கள் தந்திரம் மிகுந்தவை. மக்களின் அமோக ஆதரவையும், ஊடகங்களின் பாராட்டையும் பெற்று தாக்கத்தை ஏற்படுத்திய படங்கள் எவை என்று பட்டியலிட்டால் புதுமுகங்கள், பிரபலமில்லாதவர்களை வைத்து எடுக்கப்பட்ட படங்களே பெரு வெற்றியை எய்தியிருக்கின்றன. பளிச்செனத் தெரியும் உதாரணங்கள் காதல், ஆட்டோகிராஃப், பருத்தி வீரன். இன்னொருபுறம் பெருநடிகர்கள் என்று கருதப்படும் பலரது படங்கள் இந்த ஐந்து ஆண்டுகளில் எதிர்பாராத தோல்விகளை அடைந்திருக்கின்றன. எத்தனை சாகசங்கள் செய்து பல்டியடித்து எதிரிகளைத் தாக்கினாலும், பெரு நடிகர்கள் புதிரான தோல்விகளையே தொடர்ந்து சந்தித்தார்கள். காரணம் அவர்கள் தமக்கென உருவாக்கி வைத்திருக்கும் படிமமே அவர்களைத் தோற்கடித்தது. ஆனால் மேற்சொன்ன மூன்று படங்களும் அதனைத் தொடர்ந்து வெளிவந்த சிறு முதலீட்டுப்படங்களும் வியாபாரரீதியாகவும் வெற்றி அடைந்தன. இந்த ஐந்து வருடங்களில் எப்போதும் இல்லாத அளவுக்குப் புதுமுகங்களின் ஆதிக்கம் தமிழ்ச்சூழலில் இருக்கிறது. ஏன்? கதைக்குப் பொருத்தமெனில் யார் வேண்டுமானாலும் நடிக்கலாம் என்ற நிலை உருவாகியிருக்கிறது. எப்படி? புதுமுகங்களின் படங்களும் இயல்பான கதைகளும் வரவேற்பைப் பெறத் துவங்கிவிட்டன. சமீபத்தில் வெற்றியடைந்த சென்னை-28, மொழி இரண்டும் நல்ல உதாரணங்கள்.

இதன் காரணம் எளிமையானது. காதல், ஆட்டோகிராஃப், பருத்திவீரன் இந்த மூன்று படத்தின் முதன்மைக் கதாபாத்திரங்களும் சாகசம் தெரியாமல் தங்கள் காதல் துணையை இழந்தவர்கள். தோற்றுப் போனவர்கள். மக்கள் இயல்பை விரும்பத் துவங்கியிருக்கிறார்கள் என்பதன் அறிகுறியே இது. இந்த இயல்பின் தாக்கம் சகல துறைகளிலும் பிரதிபலிப்பதைப் பார்க்க முடியும். ஐந்து வருடங்களுக்கு முன்பு வாரப் பத்திரிகைகளாகவும் தனி இதழ்களாகவும் வந்த மர்மக்கதைத் தொடர்கள் ஏன் இப்போது வருவதில்லை? பொதுவாகவே தொடர்கதை என்ற வடிவம் வழக்கொழிந்து வெகுஜனப் பத்திரிக்கைகளில் கட்டுரைத் தொடர்கள் வரவேற்பைப் பெறுவது எப்படி? தொலைக்காட்சிகளில் கதைத்

தொடர்களுக்கான மதிப்பீடுகள் குறைந்து யதார்த்த நிகழ்ச்சிகள் (reality Shows) அதிகம் பிரபலமடைந்தது ஏன்?

யதார்த்தமற்ற புனைவுகள் மக்களுக்குச் சலிப்பைத் தரத் துவங்கிவிட்டன. பொய்யான கூத்தடிப்புகளைப் பார்க்க அவர்கள் தயாராக இல்லை. பொழுதுபோக்கிலும் ஒரு உண்மை, நம்பகத் தன்மை தேவைப்படுகிறது. அந்தவகையில் தொடரும் யதார்த்தத்தின் வெற்றியும், சாகசத்தின் தோல்வியுமே சமீப ஆண்டுகளில் மக்களின் பொதுரசனையில் ஏற்படுத்தியமாற்றம் எனச் சொல்லலாம். இந்த ரசனை மாற்றம் வரும் ஆண்டுகளில் பொழுபோக்குக் கலாசாரத்தில் புதிய விதிகளை உருவாக்கும் என எதிர்பார்க்கலாம். கடந்த ஆண்டுகளில் வணிகப் பத்திரிகைகள் தீவிர இலக்கியவாதிகளைப் பொருட்படுத்தத் துவங்கியிருப்பதைப் போல காலத்தின் வழியே நிகழ்ந்த இந்த மாற்றத்தினால், சமீப வருடங்களில் படங்கள் இயக்குநர்களின் பெயர்களால் அறியப்படும் நிலை உருவாகியிருக்கிறது. எழுபதுகளில் முன்னோடியாக இருந்த இயக்குநர்கள் விதைத்த விதைகள் முப்பதுவருடங்களுக்குப் பிறகு மெல்லத் துளிர்விடுகின்றன. மணிரத்னம் துவங்கிய நுட்பரீதியான நேர்த்தியும் தமிழ்த் திரைப்படத்தின் முகத்திற்கு மேலைத் தாக்கத்துடன் ஒரு பொலிவைத் தந்தது. அதன்பின் தங்களுக்கே உரிய அடையாளங்களுடன் பாலா, பாலாஜி சக்திவேல், தங்கர்பச்சான், சேரன், அமீர் முதலான இயக்குநர்களின் பெயர்கள் பிரகாசிக்கத் துவங்குகின்றன. நல்ல படங்களைத் தயாரிப்பதென எஸ் பிக்சர்ஸ், டூயட் மூவிஸ் முதலான நிறுவனங்கள் தலையெடுக்கின்றன. சிறுமுதலீட்டுப் படங்களைத் தயாரிக்க பெரும் நிறுவனங்கள் முன் வருகின்றன. உலகத் திரைப்பட விழாக்கள் தமிழ்ப்படங்களின் இந்த மாற்றுமுயற்சிகளை பொருட்படுத்தத் துவங்கியிருக்கின்றன. இன்னொருபுறம் திரைப்படத்தின் நுட்பம் சார்ந்து இளைஞர்களுக்கு ஏற்பட்டிருக்கும் விழிப்புணர்வு முக்கியமானது. வீடியோவின் வருகையால் தாங்கள் நினைத்ததைக் குறும்படங்களாக எடுத்துப் பார்க்கும் அவர்கள் தங்கள் பரிசோதனைகளைத் துவங்க எத்தனிக்கிறார்கள். இந்தச் சமிக்ஞைகள் தரும் நம்பிக்கையும் யதார்த்தம் சார்ந்த உலகப்படங்களின் தாக்கமும் வரும் வருடங்களில் பெரிய தாக்கத்தை ஏற்படுத்தும்.

இந்த நிலையில் நடக்கும் மாற்றங்கள் குறித்து மகிழ்ச்சியடைந்தாலும் வெற்றியடையும் இத்தகைய எளிமையான படங்களும் ஏதோ ஒரு வகையில் வழக்கமான அந்த வணிகக் கதையின் வார்ப்புகளைக் கொண்டிருக்கின்றன என்பதை நாம் ஒத்துக்கொள்ள வேண்டும். அதில் முக்கியமானது பாடல். இந்த சாகச நாயகர்களின் கதை வார்ப்பு தோற்றுப்போனாலும் அதன் நீட்சியான பாடல்கள் நம்மை விடுவதாயில்லை. எம்ஜிஆர் படங்களில் இருக்கும் அந்தப்பாடல் சமன்பாடு சேது, அழகி, காதல், ஆட்டோ கிராப், பருத்திவீரன் முதலிய எல்லாப்படங்கலிலும் தெளிவாக இருக்கிறது. இந்தப் பாடல் என்னும் வடிவத்தைக் கைவிடுவதில் நம் இயக்குநர்களிடம் இருக்கும் தயக்கமும் பாதுகாப்புணர்வும் அவர்களது வணிகச் சமரசத்தையே காட்டுகின்றன. வணிகத்திற்காக அவை அவசியம் என்று நாம் சமாதானம் சொல்லலாம். ஆனால் உலகில் எல்லா மொழிப்படங்களும் வணிகத்திற்காகவே எடுக்கப் படுகின்றன. அவை நம் படங்களைவிட பெரும்பணத்தையும் சம்பாதித்துத் தருகின்றன. அந்தப் படங்கள் எதிலும் பாடல்கள் இல்லை என்பதே நம்மைக் கேலிசெய்யும் உண்மை. கதையின் சீரான தன்மையைப் பாடல்கள் துண்டிக்கின்றன. மேலே குறிப்பிட்ட படங்களில் பாடல்களையும் அதற்கான சூழலையும் நீக்கிவிட்டு மறு தொகுப்பு செய்துபார்த்தால் அவை இன்னும் சிறந்த படங்களாக வந்திருக்கும் வாய்ப்பிருக்கிறது. எனவே பாடல்கள் இல்லாத கதைப் படத்தை எதிர்காலத்தில் நாம் முயற்சிக்கலாம். அதன் வழியே அற்புதங்கள் நிகழ வாய்ப்பிருக்கிறது.

ஒருமுறை ஈரானிய இயக்குனர் மஃசன் மக்மல்பஃபிடம் நல்ல படத்தை எடுப்பது எப்படி என்று கேட்டபோது அவர் சொன்ன பதில் தமிழ்ச் சூழலுக்கு வெகுவாகப் பொருந்தும். “திரைப்படத்தில் நிறையப் பணத்தை முதலீடாகப் போடும் தயாரிப்பாளர் எவரும் கலாசாரத்தை வளர்க்க விரும்ப மாட்டார். அவர் முதலீடாகப் போட்ட பணத்தைவிட அதிகம் திரும்ப சம்பாதிக்கவே விரும்புவார். எனவே படங்களை அதிக செலவில்தான் எடுக்கவேண்டும் என்பதை முதலில் மறக்கவேண்டும். படம் பிடிக்க நாற்பது பேருடன் கூட்டமாகச் செல்வதை விடுத்து ஐந்து அல்லது ஆறுபேருடன் படம் எடுக்கக் கிளம்புங்கள். கடந்த பதினாலு வருடங்களில் பதினாலு படங்களை நான் இவ்விதம்தான் எடுத்தேன். நான் எடுக்கிற படங்களில் சமையல்காரர், ஓட்டுநர் உட்பட எட்டுபேர் தான்

எங்கள் படப்பிடிப்புக் குழு." என்று சொன்னார். படத்திற்குள் இயல்பை விரும்பத் துவங்கியிருக்கிற நாம் படப்பிடிப்புக்கு வெளியிலும் இருக்கிற தேவையற்ற ஆடம்பரங்களைத் தவிர்ப்பதன் மூலம் தேவையற்ற செலவுகளைக் குறைக்கலாம். கதைக்கேற்ற புதுமுகங்களைப் பயன்படுத்துவது மாதிரி கதை கேட்கும் நேர அளவுக்கு மட்டும் படத்தை எடுக்கலாம். இரண்டரைமணி நேரம் என்கிற கால அளவைக் கைவிடுவது பற்றி யோசிக்கலாம். அத்துடன் காதல் கதையைக் கொஞ்ச காலத்துக்கு மறந்து வாழ்க்கையின் வேறு சுவாரஸ்யமான விஷயங்களைத் தேடலாம். அவ்வாறான முயற்சிகளைச் செய்து பார்க்கும்போதே நம் படங்கள் அசலான தனது அடுத்த பரிணாமத்தை எட்டும். நடக்கும் மாற்றங்களை வைத்துப் பார்க்கையில் அப்படி ஒரு அற்புதம் விரைவில் நிகழும் என்றே தோன்றுகிறது.

O

7
கதையும் திரைக்கதையும்

கதைக்கும் திரைக்கதைக்குமான வித்தியாசத்தை வசதிக்காகச் சொல்லுக்கும் செயலுக்குமான வித்தியாசமாகப் பிரித்துக்கொள்ளலாம்.

கதை ஆசிரியர் தனக்கிருக்கும் மொழிப் பயிற்சியின் வாயிலாக எளிய சம்பவங்களைத் தொடர்ச்சியாகக் கதையாகச் சொல்லிவிடமுடியும். இவ்வாறு சொல்லப்படும் கதை தனது சொல்லும் முறையினால் யதார்த்தம், நவீனம், பின்நவீனம் என்று பல வகைகளைக் கொண்டிருக்கிறது. அது எந்த வகையைச் சேர்ந்ததாக இருந்தாலும் கதையின் அடிப்படை என்பது சொல்வதன் மூலம் வெளிப்படுத்துவது. திரைக்கதையின் அடிப்படை காட்டுவதன் மூலம் வெளிப்படுத்துவது.

ஏனெனில் கதையின் மிகச்சிறிய கூறு வார்த்தையாக இருக்கிறது. அந்த வார்த்தைகளின் வழியாக அனுபவம் சார்ந்த ஆழ்மனத்தின் படிமங்களை உயிர்பெறச்செய்து வார்த்தை வாசகனின் மனத்தில் சித்திரத்தை உருவாக்குகிறது. உதாரணத்துக்கு 'மரம்' எனும் வார்த்தை கதையில் வரும்போது வாசகனின் மனத்தில் மரம் சார்ந்த சித்திரங்கள் தன்னிச்சையாகவே தோன்றுகின்றன. இவ்வாறு சொல்லுக்கும் அது தரும் மொழி சார்ந்த அர்த்தத்துக்கும், வாசகனின் அனுபவம் சார்ந்த புரிதலுக்குமான ஊடகமாக வார்த்தை இருக்கிறது. எனவே வார்த்தைகளால் எழுதப்படும் கதை வாசகனின் மொழி சார்ந்த அனுபவத்தை உள்ளடக்கியே இருக்கிறது. ஆனால் திரைக்கதை என்பது முழுக்க காட்சிமொழியைச்

சார்ந்தே இயங்குகிறது. வார்த்தைகளாலான மொழியின் தேவை திரைக்கதைக்கு இருந்தாலும் வார்த்தை என்பது வெறும் தொடர்பு சாதனமாகவே இருக்கிறதே தவிர, நல்ல திரைக்கதை வார்த்தைகளை நம்புவது இல்லை. இதற்கு முன்னுதாரணமாகத் திரைப்படம் தனது துவக்க காலத்தில் மௌனப் படமாகவே இருந்தது என்பதையும் நாம் நினைவுபடுத்திப் பார்க்கலாம்.

நம் மரபில் மொழியை வாசித்து அறிகிற கல்வி அறிவு இல்லாதவர்களிடம்கூட கதை சொல்லும் மரபு இருந்திருக்கிறது. இருக்கிறது. இதன் வழியாகப் பார்க்கும்போது கதை என்பது சொல்வதன் வழியே கேட்பதும் எழுதுவதன் வழியே வாசிப்பதுமாக இரண்டு விதமான அனுபவங்களைத் தருகிறது. அதாவது வார்த்தைகளின் வழியாக முன்னால் இருப்பவரிடம் மனச்சித்திரங்களை உருவாக்குவது. இதில் வாசகனின் பங்கு மிக முக்கியமானது. ஆனால் திரைக்கதை எந்த மனச்சித்திரங்களையும் மறைமுகமாக உருவாக்காமல் நேரடியான காட்சியாகவே நகர்ந்து செல்கிறது.

மேலும் எழுத்துவடிவில் இருக்கிற கதை அது சிறுகதை அல்லது நாவல் குறுநாவல் எதுவாயினும் தனக்கான கற்பனை வெளியை எப்போதும் கொண்டிருக்கிறது. இந்தக் கற்பனை வெளியின் விஸ்தாரம் வாசகரின் கற்பனையோடும் வாசிப்பு அனுபவத்தோடும் சேர்ந்தது என்பதால் எழுத்தாளர் உருவாக்கியதை விடவும் தீர்க்கமான தரிசனங்களை வாசகன் பெற முடியும். எழுத்தாளனைத் தாண்டிச் செல்லவும் முடியும். ஒவ்வொருமுறை வாசிக்கும்போதும் எழுத்து அதற்கான கற்பனை வெளியை எப்போதும் கொண்டிருக்கிறது.

அதுபோல கதையில் வரும் பாத்திரங்களாக வாசகன் தனக்குத் தெரிந்த முகங்களை கற்பனை செய்துகொள்ள முடியும். மாலைப் பொழுது குறித்த வர்ணனையைப் படிக்கும்போது தான் அனுபவித்த ஒரு மாலைப் பொழுதாக அதை மாற்றிக்கொள்ள முடியும். எழுத்துகளால் எழுதப்படும் கதையில் இதற்கான சாத்தியம் முழுமையாக இருக்கிறது. இவ்வாறு கற்பனை வெளிக்கு வாசகனை எப்போதும் அனுமதிக்கும் எழுத்தின் குணமே இன்னும் வாசிப்பதை பேரனுபவமாக வைத்திருக்கிறது.

ஆனால் திரைக்கதையின் தன்மை முற்றிலும் வேறானது. அது கற்பனை வெளிகளையும் தனது காட்சிகளாகவே உள்ளே

வைத்துக்கொள்கிறது. இன்னும் நுட்பமாகச் சொன்னால் திரைப்படம் நமது கற்பனைகளை அனுமதிப்பதில்லை. ஏனெனில் அதில் இருக்கிற கதாபாத்திரங்களுக்கு முகம் இருக்கிறது. திரையில் நிகழ்கிற மாலைப்பொழுதுகள், இடம் மற்றும் வெளி சார்ந்து துல்லியமாக நிகழ்கின்றன. எனவே திரைக்கதையில் பார்வையாளனுக்குக் கதையோடு நிகழும் சுய அறிதல் *(self identification)* என்பது வேறு தளத்தில் மிகவும் சூக்குமமாக நிகழ்கிறது.

எனவே கதையின் வாசிப்பு அனுபவத்துக்கும் திரைப்படத்தைப் பார்க்கிற அனுபவத்துக்கும் இடையிலான வேற்றுமையை நிஜத்தில் ஒன்றை உணர்வதற்கும் கனவில் அதையே உணர்வதற்குமான வேறுபாடாகச் சொல்லலாம். நிஜத்தில் எப்போதும் கனவுக்கு இடம் உண்டு. ஆனால் கனவில் எப்போதும் நேரடியான நிஜத்துக்கு அனுமதியில்லை. ஆனாலும் அங்கு நிகழ்வது நிஜம் போன்ற கனவுதான். அல்லது கனவு போன்ற நிஜம்.

எழுதப்பட்ட கதை என்பது வாசகனுக்குக் கற்பனை வெளிகளைத் திறந்துவிட்டுக் கதை சொல்கிறது. ஆனால் திரைப்படத்தில் நிகழும் கதை என்பது கனவில் நிகழ்வதுபோல காட்சிகளாக நிகழ்கிறது. எனவே கதை எப்போதும் சொல்கிறது. திரைக்கதை எப்போதும் காட்டுகிறது. கதை வார்த்தைகளால் ஆனது. அந்த வார்த்தைகள் வாசக மனத்தில் சித்திரங்களை ஏற்படுத்தலாம் ஏற்படுத்தாமலும் போகலாம். ஆனால் திரைக்கதை என்பது நேரடியான சித்திரங்களால் ஆனது. இதில் மொழி அறிவு தேவைப்படுவதில்லை. ஒருவர் கதை சொல்லிக் கேட்பதுபோல திரைப்படத்தைப் பார்க்க முடியும். ‘நூறு வார்த்தைகளுக்கு இணையானது ஒரு காட்சி’ என்கிற மேற்கோள் இங்கிருந்துதான் உருவாகிறது.

ஏனெனில் வார்த்தைகளால் உருவாக்கப்படும் எதுவும் கேட்பவரின் அல்லது வாசிப்பவரின் தன்மைக்கேற்ப மாறும் தன்மையைக் கொண்டிருக்கிறது. ஆனால் காட்சி நேரடியானது. காட்சியின் இந்த நேரடித்தன்மையே மிகவும் ஆபத்தானது. ஒரு தவறுக்கு கடிதம் எழுதி எழுத்து மூலமாக மன்னிப்புக் கோருவதற்கும் நேரடியாக உரிய நபரைச் சந்தித்து மன்னிப்புக் கோருவதற்கும் இடையில் உள்ள வித்தியாசம் என்றுகூட இதைப் புரிந்துகொள்ளலாம்.

எழுத்தில் ஒளிந்துகொள்ளும் வசதி இருக்கிறது. காட்சியில் அது இயலாது. எழுத்தில் பொய்யான நேர்மையை அல்லது நடிப்பை உருவாக்கவும் முடியும். ஆனால் காட்சியாக அந்த நடிப்பு சாத்தியமில்லை. அது மிகவும் சிரமமானது. பல சமயங்களில் நேரடியான காட்சி பொய் சொல்வதில்லை. அதில் புனைவையோ கற்பனையையோ எளிதில் கண்டுபிடித்துவிடமுடியும்.

கதையில் கதாபாத்திரத்தின் குணாதிசயம் எவ்வளவு முக்கியமானதோ அதைவிடவும் பலமடங்கு திரைக்கதையில் கதாபாத்திரத்தின் குணாதிசயம் மிக முக்கியமானது. காரணம் கதையில் உடல் என்கிற கூறு சூக்குமமாகவே இருக்கிறது. ஆனால் திரைப்படத்தில் அது நேரடியாக இயங்குகிறது. சிறு கண்ணசைவு அல்லது சிமிட்டல் அந்த முழுக்காட்சியின் தன்மையைக் கெடுத்துவிடவோ அல்லது மேம்படுத்தவோ முடியும். இந்த உடல் பற்றிய விவரணைகள் கதையில் தகவல்களாக வரலாம். உதாரணத்துக்குக் கதையில் அவன் எப்போதுமே கச்சிதமாக உடையணிவான் என்ற ஒரு வாக்கியம் மட்டும் போதுமானது. ஆனால் திரைக்கதையில் கச்சிதம் என்பது வெறும் உடையின் அளவை மட்டுமே குறிக்கும். அதில் நிறமோ உடையின் தன்மையோ பாணியோ வருவதில்லை.

எல்லாவிதமான கலைப் படைப்புகளிலும் இடம் வெளி காலம் இயங்குகிறது. இதில் காலமென்கிற கூறு திரைப்படத்திற்குள் இயங்கும் விதம் நம் வாழ்க்கையின் நிகழும் காலத்தோடு நெருங்கிய தொடர்புடையது. நிகழ்காலத்துக்கே உரிய இந்தத் தன்மைதான் திரைப்படத்துக்கு உயிர்ப்பினைத் தருகிறது. இதுதான் திரைக்கதை எழுதுவதை மேலும் நுட்பமாக மாற்றுகிறது. மேலும் கதையில் வருகிற இறந்த காலமும் திரைப்படத்தில் வருகிற இறந்த காலமும் வெவ்வேறானவை. ஏனெனில் திரைப்படத்தில் நிகழ்காலமே எப்போதும் இருக்கிறது.

காட்சியின் நம்பகத் தன்மைதான் இந்தக் காலம் கடந்த அற்புதத்தை நிகழ்த்துகிறது. ஏனெனில் எப்போதும் திரைப்படத்தில் நிகழ்காலத்தை மட்டும்தான் படம் பிடிக்க முடியும். திரைப்படத்திற்குள் இறந்தகாலம், எதிர்காலம் என்பது நாம் உருவாக்க முயலும் மாயையே தவிர படம்பிடிக்கும்போது அது நிகழ்காலமாகவே இருக்கிறது. எனவே எப்போது பார்க்கும்போதும் அது நிகழ்காலத்தின் சாயலைக் கொண்டிருக்கிறது. இந்தக் கால மயக்கம் மூலம் திரைப்படம் ஏற்படுத்தும் ஈர்ப்பு மிக

முக்கியமானது. இது எழுதப்படும் கதையில் சாத்தியமில்லை அல்லது சாத்தியங்கள் குறைவு என்பதால் திரைக்கதை எழுதும்போது அல்லது எழுதப்பட்ட கதையைத் திரைக்கதையாக மாற்றும்போது காலம் சார்ந்த இந்த அவதானிப்பு மிகவும் அவசியமாக இருக்கிறது. ஏனெனில் திரைக்கதைக்குள் எல்லாமே காலத்திற்குள் நிகழ வேண்டி இருக்கிறது.

இதனால் கதையிலிருந்து அதை நேரடியான காட்சிக்குப் பரிமாற்றம் செய்வதற்கு - மொழிமாற்றம் செய்வதைப் போல ஒருவிதமான புலமையும் பயிற்சியும் அவசியப்படுகிறது. இதற்கு திரைக்கதை ஆசிரியருக்குக் கதையின் நுட்பங்களும் திரைக்கதையின் நுட்பங்களும் தெரிந்திருக்க வேண்டும். ஏனெனில் சொல்வதற்கும் காட்டுவதற்கும் இடையில் சூக்குமமான இடைவெளி இருக்கிறது. எனவேதான் எழுத்தாளர் என்கிற தகுதி மட்டுமே திரைக்கதை எழுதப்போதுமானதாக அமைவதில்லை. அதுபோல திரைக்கதை எழுதுகிற பலரால் ஒரு சிறுகதையைக்கூட எழுத முடிவதில்லை. இரண்டும் அடிப்படையில் கதைதான் என்று மேலோட்டமாகப் புரிந்துகொள்வதால் இந்தத் தவறு நிகழ்கிறது. இரண்டுமே கதைதான் என்றபோதும் வடிவ அளவில் இரண்டுக்கும் நிறைய வித்தியாசங்கள் உள்ளன. கதையில் மன ஓட்டங்களைத் தொடர்ச்சியாக எழுதிச்செல்ல முடியும். ஆனால் திரைக்கதையில் நனவோடை எழுத்துகளைக் காட்சியாக மாற்றுவது அவ்வளவு எளிதில்லை. அது காட்சியில் வேறு விதமான இருண்மையைக் கொண்டுவருவதோடு திரைக்கதையை மேலும் இறுக்கமானதாக அல்லது சிக்கலானதாக மாற்றும் தன்மை கொண்டது.

இதற்கு உதாரணமாக வார்த்தைகளை மூலமாகக் கொண்ட மொழியின் இன்னொரு வெளிப்பாடான கவிதையை எடுத்துக்கொள்ளலாம். கவிதையை திரைக்கதையாக எழுத முடியுமா என்றும் யோசித்துப் பார்க்கலாம். அது இன்னும் சிக்கலானது. ஏன்? கதையைப் போல கவிதையும் வார்த்தைகளால் ஆனதுதான். ஆனால் கவிதையில் இருக்கும் வார்த்தைகள் நேரடியான வார்த்தைகள் மட்டும் அல்ல. அந்த வார்த்தைகளின் அர்த்தமும் நேரடியாக அகராதியில் இருக்கும் அர்த்தங்கள் அல்ல. அது முழுக்க உணர்வையும் மன நிலையையும் சார்ந்ததாகவும் குறியீடுகளாகவும் படிமங்களாகவும் இருக்கிறது.

அங்கு வார்த்தை என்பது பாவனைதான். இதுவே கதையிலும் பல சமயங்களில் நிகழும்.

எனவே கதையாக இருந்தாலும் கவிதையாக இருந்தாலும் வெறுமனே வார்த்தைகளைக் காட்சியாக மாற்றுவது என்பது மேலோட்டமானது. எப்போதும் நேரடியான வார்த்தைகளைக் கடந்து படைப்பிலிருக்கும் மனநிலையை, உணர்வைக் காட்சியாகக் கொண்டுவரமுடிந்தால் அதுவே சிறந்ததாக இருக்கும். உதாரணத்துக்கு ஷேக்ஸ்பியரின் எல்லா நாடகங்களின் கதைகளும் திரைப்படங்களாக வந்துவிட்டன. அவை நாடகமாக அடைந்த செவ்வியல் மதிப்பைத் திரைப்படங்களாகப் பெறவில்லை. காரணம் திரைப்படம் என்பது வெறும் கதை மட்டுமே அல்ல. அதேபோல மிகச் சாதாரணமான கதைகளை எடுத்து எழுதப்பட்ட திரைக்கதைகள் படமாக வந்து செவ்வியல் மதிப்பைப் பெற்றிருக்கின்றன.

காரணம் எப்போதும் தன்னளவில் நிறைவடைந்திருக்கும் கலைவடிவம் அது கவிதையாக இருந்தாலும் நாடகமாக இருந்தாலும் வேறு ஒரு வடிவத்துக்குத் தன்னை ஒப்புக்கொடுப்பதில்லை. வெகு குறைவாகவே மிகச்சிறந்த படைப்புகள் நல்ல கதையாகவும் நல்ல திரைப்படமாகவும் இருக்கின்றன. வெற்றிகரமான நாடகம் வெற்றிகரமான திரைப்படம் ஆகவேண்டுமென்பது கட்டாயமில்லை. அதுபோல நல்ல திரைப்படத்தின் திரைக்கதையைக் கதையாகப் படிக்கும்போது அது தட்டையாகத் தோன்றுவதும் இதனால்தான். காரணம் திரைக்கதையிலும் கதையிலும் இருக்கிற வார்த்தைகள் படைப்பாளர் சொல்ல விரும்புகிற உணர்வின் கடத்திகள்தான். இதனை உணர்ந்துகொள்ளும் கணம்தான் அனுபவமாக மாறுகிறது.

இவ்வாறு கலை ஒழுங்கில் தன்னளவில் முழுமை அடையும் படைப்பு இன்னொரு கலை வடிவத்தில் சிறப்பாக இருக்கவேண்டிய கட்டாயம் எதுவுமில்லை. கதை தனக்குள் இருக்கிற சம்பவங்களால் காட்சி சார்ந்து இயங்குகிற தன்மையைக் கொண்டிருந்தால் மட்டுமே அது திரைக்கதையாக மாறும் தன்மையைப் பெறுகிறது. பானை மண்ணிலிருந்தே செய்யப்படுகிறது என்றாலும் எல்லா மண்ணிலும் பானை வனைய முடிவதில்லை. அதுபோலவே திரைக்கதை என்பது அடிப்படையில் கதையிலிருந்தே தோன்றுகிறது என்றபோதும்

எல்லாக் கதைவடிவமும் திரைக்கதையாகும் தகுதியைப் பெறுவதில்லை. இந்தச் சூக்குமம் பற்றிய புரிதல் இல்லாமல் புகழ்பெற்ற நாவலையும் சிறுகதையையும் படமாக்க முயல்வது வெற்றிகரமான விளைவுகளைத் தருவதில்லை. ஏனெனில் சொல்வதற்குச் சுவையாக இருக்கும் ஒரு கதை பார்ப்பதற்கு எப்படி இருக்கும் என்பது அதன் காட்சி சார்ந்த கூறுகளைச் சார்ந்தது.

எனவேதான் இன்றைக்கும் திரைப்படத்துறையில் தயாரிக்கப்படும் எல்லாக்கதைகளும் கேட்கும்போது நல்ல கதையாகவே இருக்கின்றன. ஆனால் அவை படமாக எடுக்கப்படும்போது, கேட்கும்போது இருந்த சுவாரஸ்யத்தைத் தருவதில்லை. காரணம் சொல்லும் கதையில் இருக்கும் வார்த்தைகள் கேட்பவரின் கற்பனைகளை அனுமதிக்கிறது. பார்க்கும் கதை பார்வையாளனின் எந்தக் கற்பனைக்கும் இடம் அளிப்பதில்லை. கேட்கிற கதை வார்த்தைகளால் ஆனது. பார்க்கிற கதை காட்சிகளால் ஆனது. இதுவே வார்த்தைகளுக்கும் காட்சிகளுக்கும் இடையில் இருக்கிற முரண். இந்த இடைவெளியைத் திரைக்கதையாக எழுதிப்பார்ப்பதன் மூலம் ஓரளவு குறைக்கமுடியும். ஏனெனில் திரைக்கதை என்பது திரைப்படத்தின் வரைபடம். இதில் தேவையற்ற சொல்லாடல்கள் இருக்க முடியாது. எனவே வார்த்தைகள் தவறாக வழிநடத்தும் காட்சிப்பிழைகளுக்குத் திரைக்கதையில் இடம் இருப்பதில்லை.

மேலும் எழுதப்பட்ட கதையில் ஒலி என்பது மௌனமாகவே இயங்குகிறது. ஆனால் திரைக்கதையில் ஒலியும் தொனியும் மௌனமும் இயங்கும் விதம் அற்புதமானது. கம்பீரமான ஒரு மனிதரின் குரல், கீச்சுக்குரலாக அமைய நேர்ந்தால் திரைப்படத்தில் அது ஏற்படுத்தும் நகைச்சுவையைக் கற்பனை செய்து பாருங்கள். எனவே உருவம் பற்றிய விவரணை மட்டும் திரைக்கதைக்குப் போதுமானதல்ல. ஒலியும் தொனியும்கூட முக்கியமானது. எனவே திரைக்கதையில் ஒரு கதாபாத்திரத்தைப் புரிந்துகொள்வது என்பது அவரது தோற்றத்தை வைத்து மட்டுமே புரிந்து கொள்வதல்ல. அவரது குணாதிசயம் வழியே புரிந்துகொள்வது. இந்தக் குணாதிசய வெளிப்பாடு என்பது கதையில் அவன் கோபக்காரன் என்று ஒருவரியில் எழுதிச்சொல்லிவிடமுடியும். ஆனால் திரைக்கதையில் அதற்கான காட்சி நம்பகத்தன்மையோடு தேவைப்படும். இந்தக் கோபம்

என்பது நடிப்பவரின் வழியாகவோ அல்லது காட்சிப்படுத்தலின் வழியாகவோ சரியாகச் சித்திரிக்கப்படவில்லை எனில் அவர் கோபக்காரர் என்கிற குணாதிசயம் திரைக்கதைக்குள் வேலை செய்யாது. இது திரைக்கதையின் மிக முக்கியமான இன்னொரு இடத்தைப் பாதிக்கும். எனவே ஒரு கதையை, கதாபாத்திரங்களை நேரடியான விவரணைகள் அல்லது உரையாடல்கள் வழியே புரிந்துகொள்வதைவிட கதையின் தன்மையை அது தருகிற மனநிலையை உணர்ந்து அதனைத் திரைக்கதை ஆக்க முயல்வதே சிறந்ததாக இருக்கும்.

சொல்லப்படும் கதைகளில் நமக்கெனச் செழுமையான காட்சி மரபு இருந்தது. 'ஒரு நெல்லு குத்தி ஊரெல்லாம் வெளிச்சம்' என்று நிலாவைப் பற்றி சொல்லப்படுகிற விடுகதையிலிருந்தே நமது காட்சி அறிவு புலனாகும். நம் விடுகதைகள் எல்லாம் காட்சி வழியானவை. ஆனால் ஒலிவாங்கி இல்லாத காலத்தில் தூரத்தில் இருக்கிற பார்வையாளனுக்கும் கேட்கும் விதமாகக் கத்திப்பேசிய ஸ்பெஷல் நாடக மரபிலிருந்தும் திராவிட இயக்கங்களின் வளர்ச்சியின் பிறகு திரைப்படம் மேடைப் பேச்சின் நீட்சியான பிரச்சார வடிவமாகப் பார்க்கப்பட்டதனாலும் வசனகர்த்தாக்கள் உருவான அளவிற்குத் திரைக்கதை ஆசிரியர்கள் உருவாகவில்லை. காரணம் திரைப்படத்தின் கதை என்பது ஒலி ஒளிச்சித்திரமாகத் திரையில் நடிக்கப்படுகிற கதைதான் என்ற தவறான நம்பிக்கை நம்மிடம் இருக்கிறது.

திரைக்கதை, கதை இரண்டிலும் பொதுவான வார்த்தையாகக் கதை என்கிற சொல் இருப்பதால் இலக்கியத்துறையில் வெற்றிகரமாக இயங்கும் எழுத்தாளர்கள் திரைக்கதை எழுத முன்வந்து பிறகு விலகிச்செல்வதும் ஆரம்பம் முதல் இருக்கிறது. கதை எழுதத்தெரியும் என்பது திரைக்கதை ஆசிரியருக்கு அடிப்படையான கூறு, அவ்வளவுதான். பல நேரங்களில் அந்தத் தகுதியும் தேவைப்படுவதில்லை. ஆனால் எழுத்தாளர் என்ற தகுதி ஒன்றை மட்டும் வைத்துக்கொண்டு திரைக்கதையை எழுதிவிட முடியும் என்று நம்புவது மீண்டும் உரைநடையால் மேடை நாடகத்தைத் திரையில் நிகழ்த்துவது போன்றதுதான்.

திரைப்படம் என்பது முழுக்க காட்சிமொழி என்று நாம் தீர்க்கமாகப் புரிந்துகொள்ள வேண்டும். உரையாடல்களின் வழியே கதை சொல்லாமல் வார்த்தை என்பது திரைக்கதையில் தேவைப்படும் ஓர் இணைப்பு அல்லது தொடர்ச்சியை உறுதி

செய்வதற்கான உப சாதனமாக மட்டுமே நாம் புரிந்து கொள்ள வேண்டும். முழுக்கக் காட்சிரீதியான அணுகுமுறை நம்மிடம் வளரவேண்டும். ஒரு மழைத்துளி பட்டதும் குளம் முழுக்கப் பரவுகிற நீர் வட்டங்கள் போல திரைக்கதைக்குக் கதை என்பது மழைத்துளியின் அளவுதான். துளியை உள்வாங்கிக் கலந்து, பிறகு வளர்ந்து செல்லும் நீர் வளையங்கள் போல உணர்வு மட்டுமே மௌனமாக நிறைந்திருக்க வேண்டும். வார்த்தை என்பது காட்சிக்கான ஒரு தூண்டுகோல்தான். அது தனது ஒலியினால் திரைக்கதையில் தன்னிச்சையாக எதையும் நிகழ்த்த முடியாது. ஆனால் காட்சிமொழி மிக வலிமையானது. அத்தகைய வலிமையான காட்சிமொழி மட்டுமே நம் திரைக்கதையில், திரைக்கதை வழியாகத் திரைப்படத்தினுள் அற்புதத்தை நிகழ்த்தும் வல்லமை பொருந்தியதாய் இருக்கிறது.

◐

8
சாலையில் வரும் ஆசிரியர்

'சென்னைக்கு மக்மல்பஃப் வந்திருக்கிறார்' என்று நண்பரிடமிருந்து குறுஞ்செய்தி வந்திருந்தது. ஈரானிய சினிமாவிலும் சர்வதேச சினிமாவிலும் மக்மல்பஃப் என்பது எத்தனை முக்கியமான பெயர். அவர் சென்னை வந்திருப்பது தெரிந்ததும் உற்சாகமானேன். விசாரித்ததில் அவர் பிரசாத் லேப்பிற்கு தனது அடுத்த படம் பிரதியெடுத்தல் சம்பந்தமாக வந்திருக்கிறார் என்று தெரிந்தது. அன்று மதியமே அங்கு போனபோது ஒரு அம்பாஸிடர் கார் வந்து நிற்க அதிலிருந்து மக்மல்பஃப் இறங்கினார். அவருடன் ஒரு பெண்ணும் இறங்கினார். இணையத்தில் அவரது படத்தைப் பார்த்திருக்கிறேன். நேரில் பார்க்கையில் மகிழ்ச்சியாக இருந்தது. வெள்ளை நிறத்தில் எளிய கதர் ஆடையில் காற்சட்டையும் மேலாடையும் அணிந்திருந்தார். எளிய விவசாயிபோல உறுதியான உடலமைப்புடன் இருந்தார். அவரைச் சந்தித்து நான் வைத்திருந்த எனது உலக சினிமா புத்தகத்தைக் கொடுத்து புத்தகத்தில் அவரது படம் cyclist குறித்து எழுதி இருப்பதைச் சொன்னேன். ஆச்சரியத்துடன் வாங்கிப் பார்த்தார். அவரது சைக்கிளிஸ்ட் படம் இருந்த பக்கம் வந்ததும் புன்னகை மலர என்னைப் பார்த்து மகிழ்ச்சியுடன் தலையசைத்தார். பிறகு, அவர் புத்தகத்தைத் திருப்பிக்கொண்டே வந்தபோது உள்ளே அவரது மனைவியான மெர்ஷியா மெஷ்கினியின் the day i became a woman என்ற படமும் இருக்க அதை, அவர் இன்னும் ஆச்சரியத்துடன் அருகிலிருந்த பெண்ணிடம் ஆர்வமாகக் காட்டினார். அந்தப் பெண்ணுக்கும் புன்னகை மலர அவரும் என்னைப்

பார்த்துத் தலையசைக்க, மக்மல்பஃப் 'இது மெர்ஷியா' என்று அறிமுகப்படுத்தினார். மெர்ஷியா the day i became a woman, stray dogs முதலிய படங்களை எடுத்தவர். மக்மல்பஃப்பிடம் உதவியாளராகப் பணிபுரிந்தவர் அவரது மனைவி என்ற விபரங்களை நான் முன்பே அறிந்திருந்தேன். இருவரும் உலக சினிமா நூலைக் கையில் வைத்துக்கொண்டு ஆர்வமாகத் திருப்பித்திருப்பிப் பார்த்துக்கொண்டிருந்தனர். தெரியாத மொழியில் அவர்கள் இருவரின் படமும் ஒரே நூலில் இருப்பதும் அவர்களை ஆச்சரியப்படுத்தி இருக்கலாம். அவர்கள் பிரதியெடுக்க வந்திருந்த The man who came with the snow என்கிற படத்தின் பிரதி தயாராக இருக்க என்னையும் படம் பார்க்க திரையரங்கினுள் அழைத்தார். மக்மல்பஃப்பின் ஆங்கிலம் நிதானமாகத் தெளிவாக இருந்தது. இந்தப் படத்தில் இணை இயக்குநராகவும் இருந்த மெஷ்கினி மொழி தெரியாத தன்மை முகத்திலிருக்க அவ்வப்போது புன்னகைத்துக் கொண்டே இருந்தார்.

திரையரங்கில் படம் துவங்கியது. எனது இருக்கைக்கு முன் இருக்கையில் மக்மல்பஃப் அமர்ந்திருந்தார். நான் பின்னால் இருக்க அடிக்கடி பின்னால் திரும்பித் தனது படத்தின் பகுதிகள் குறித்த விளக்கங்களை எனக்குச் சொல்லிக்கொண்டிருந்தார். படத்தில் சப் டைட்டில் இல்லை. படம் முடிந்ததும் நான் ஒளிப்பதிவாளன் என்பதால் படத்தின் வண்ணம் மற்றும் தரம் குறித்துக் கேட்டார். படம் தைல வண்ண ஓவியம்போல அழகாக இருந்தது. மொழியும் கதையும் புரியவில்லை என்றாலும் காட்சியும் ஒளியமைப்பும் நேர்த்தியாக இருந்தன. படம் முடிந்ததும் வெளியில் சில நிமிடங்கள் பேசிக்கொண்டிருந்தோம். பிறகு, இருவரும் தங்கள் பணி நிமித்தமாக விடைபெற்றுக் கிளம்பினார்கள். அப்போது நான் திரும்பவும் அவர்களைச் சந்திக்க விரும்புவதைத் சொல்ல "நாளை அறைக்கு வாருங்கள்" என்று அதே புன்னகையுடன் சொல்லிவிட்டு இருவரும் சாலிகிராமத்திலிருந்து வடபழனி நோக்கி நடந்து போனார்கள். இத்தனை புகழ்மிக்க சர்வதேசப்பட இயக்குநர் இவ்வளவு சாதாரணமாக எளிமையாக அன்புடன் இருப்பதும் அருணாச்சலம் சாலையில் நடந்தே செல்வதும் எனக்கு ஆச்சரியமாக இருந்தது.

மறுநாள் காலை பத்து மணிக்கு வடபழனியில் கமலா திரையரங்கை ஒட்டிய சந்தில் வளைந்து சாலையோரமாக இருந்த அந்த எளிய விருந்தினர் விடுதியின் கதவைத் தட்டினேன். உடன் நண்பர் விஸ்வாமித்திரன், அருள் எழிலன் இருந்தார்கள். கதவு திறக்க நேற்றுப் பார்த்த அதே வெள்ளைக் கதராடையில் மக்மல்பஃப் கதவைத் திறந்தார். அந்த அறையில் இருந்த இருக்கையில் அமரச் சொன்னார். சில நிமிடங்களில் மெர்ஷியா அறைக்குள் இருந்து புன்னகையுடன் வந்து உலர்ந்த பழங்களையும் ஸ்டிக்கர் ஒட்டிய ஆரஞ்சுப் பழங்களையும் கொண்டுவந்து வைத்தார். மக்மல்பஃப் அவரையும் அங்கேயே அமரச் சொன்னார். நானும் விஸ்வாமித்திரனும் அவருடன் பேசத் துவங்கினோம். ஆரஞ்சுப் பழங்களை உரித்து எங்களுக்குத் தந்துகொண்டே நாங்கள் கேட்ட கேள்விகளுக்குப் பதில் சொல்லிக்கொண்டிருந்தார். இடையில் மெர்ஷியா எழுந்துபோய் பழச்சாறு கொண்டுவந்தார். ஒருமணி நேரத்துக்கும் அதிகமாக நடந்த சந்திப்பு மிகுந்த நம்பிக்கையும் உற்சாகத்தையும் அளிப்பதாக இருந்தது. எழிலன் தமிழில் கேட்க, நான் மொழிபெயர்ப்பாளராக மக்மல்பஃப்பிடம் பேசிக்கொண்டிருந்தேன். அப்போது "ஏன் இங்கு பட வேலைகளுக்காக வந்தீர்கள்" என்று கேட்டபோது தானும் தனது மனைவியும் ஈரானிலிருந்து நாடுகடத்தப்பட்டிருப்பதால் கஜகஸ்தான் போய் படம் எடுத்திருப்பதாகச் சொன்னார். இயல்பாக அவர் தனது வாழ்க்கை மற்றும் சினிமா குறித்துப் பேசத் துவங்கினார்.

'பலால் ஹபாஷி' என்ற தலைமறைவு இயக்கத்தில் பதினேழு வயதில் இணைந்தபோது போலீஸார் அவரைச் சுட்டுப் பிடித்ததையும் நான்கரை ஆண்டுகாலம் சிறையில் இருந்ததையும் அப்போது கிடைத்த வாசிப்பு அனுபவம் தன்னை உருவாக்கியதையும் சொன்னார். அந்தப் பருவத்தில்தான் சினிமா எனது ஆசையாக வளர்ந்தது. இஸ்லாத்தில் சினிமா ஹராம் என்பதால் எனது பாட்டி அதைச் சாத்தான் என்று சொன்னார். "சினிமாவுக்குப் போனால் நீ உருப்பட மாட்டாய். நரகத்துக்குத்தான் போவாய் என்றும் அவர் சபித்தார். இருபத்து நாலு வயது வரை சினிமாவே பார்க்காத நான் இவ்வாறுதான் இயக்குனரானேன்" என்றார்.

மக்மல்பஃப் தனது முதல் மனைவியை இழந்தவர் என்ற விபரத்தை நான் இணையத்தில் படித்திருந்தேன். சமீரா, ஹனா

என இரண்டு மகள்களையும் ஒரு மகனையும் வளர்த்துக்கொண்டு படமும் இயக்கிக் கொண்டிருந்த வேளையில் மெர்ஷியா மெஷ்கினி உதவி இயக்குநராக வருகிறார். இருவரும் பின்னால் திருமணம் செய்துகொள்கிறார்கள். அவரது மகள் சமீரா, ஹனா இருவரும் இயக்குனர்கள். மனைவி மெர்ஷியாவும் இயக்குநர். இதுகுறித்து அவரிடம் கேட்டபோது அவர் சொன்ன பதில் சுவாரஸ்யமாக இருந்தது. "எட்டு வயது இருக்கையில் நான் படமெடுக்கும் இடத்திற்குச் சமீரா வருவாள். அந்தச் சூழலில் எனது கால்களைச் சுற்றி வந்துகொண்டிருப்பாள். ஒருநாள் பள்ளியில் இருந்து வந்த அவள், 'அப்பா எனக்குப் பள்ளிக்குப் போக பிடிக்கவில்லை' என்றாள். ஈரானின் பாடத் திட்டங்களின் மேல் எனக்கும் உடன்பாடில்லை. எனவே, நானும் அன்றே அவளைப் பள்ளியிலிருந்து நிறுத்திவிட்டு என்னுடனே வைத்துக்கொண்டேன். நான் படம் எடுக்கும்போது அருகிலேயே இருந்தாள். கவனித்தாள். அவளுக்குச் சினிமா பிடித்திருந்ததால் அதனை நான் கற்றுக் கொடுத்தேன். பதினேழு வயதில் ஒரு படத்துக்கு ஒளிப்பதிவு செய்தாள். 19வயதில் ஆப்பிள் படத்தை இயக்கினாள்." மக்மல்பஃப் திரைப்படக் கல்லூரி வைத்திருந்தார். தனது படங்களை அவரே தயாரித்தார். தனது மகளுக்கும் மனைவிக்கும் திரைக்கதையை எழுதிக் கொடுத்தார். இதெல்லாம் எனக்கு ஆர்வமாக இருக்க அவர் வைத்திருந்த திரைப்படக் கல்லூரியில் என்ன கற்றுக் கொடுத்தார் அதன் பாடத் திட்டம் என்ன? என்று கேட்டேன்.

அதற்கு அவர் புன்னகையுடன், "பாடத்திட்டம் என்று எதுவும் கிடையாது. மேலும் கல்லூரி என்பதே சமீராவுக்கும் ஹனாவுக்கும் மெர்ஷியாவுக்குமாக உருவானதுதான். இப்போது இங்கிருக்கும் திரைப்படக் கல்லூரிகளில் பாடத்திட்டம் என்று என்ன வைத்திருக்கிறார்கள்? உலகின் சிறந்த படங்களைப் பார்க்கச் சொல்கிறார்கள். உதாரணத்திற்கு 'சிட்டிசன் கேன்' என்றால் அந்தப் படத்தைப் போட்டு அதை எப்படி எடுத்தார்கள் அதன் நுட்பங்கள் என்ன என்று கற்றுத் தருகிறார்கள். அது ஆர்சன் வெல்ஸின் சினிமா. அதன் நுட்பம் என்பது அவர் சார்ந்த கலாசாரம், அரசியல், அவர் வளர்ந்த விதம் எல்லாம் சார்ந்திருக்கிறது. அதை நாம் தெரிந்துகொள்ளலாம். ஆனால் பின்பற்றவேண்டுமென்பது அவசியமில்லை. இப்போதிருக்கிற திரைப்படக் கல்லூரிகள் போல பணம் சம்பாதிப்பதும்

நுட்பமாக மட்டும் கற்றுக்கொடுப்பதும் ஒரு அரசுப் பணியாளரை உருவாக்குவதுபோல உருவாக்குவதும் எனது வேலையல்ல." "பிறகு எப்படித்தான் கற்றுக்கொடுப்பீர்கள்" என்று கேட்டேன். "முதலில் சைக்கிள் ஓட்டப் பழகவேண்டும். தினமும் சைக்கிள் ஓட்டும் பயிற்சி. ஐம்பது கிலோமீட்டர் சைக்கிள் ஓட்ட வேண்டும். பிறகு நீச்சல் அடிக்கும் பயிற்சி. இரண்டு மணி நேரம் நீச்சல் அடிக்கவேண்டும். இதெல்லாம் எதற்கு என்று நீங்கள் கேட்கலாம். ஒரு சினிமா படைப்பாளிக்கு முதலில் உடல் உறுதியாக இருக்கவேண்டும். உடல் உறுதி இருந்தால் அது ஒரு அசைக்கமுடியாத நம்பிக்கையை, மனபலத்தைக் கொடுக்கும். எதையும் எதிர்கொள்கிற துணிச்சல் கொடுக்கும். ஏனெனில் எங்கள் நாட்டில் படம் எடுப்பது பொழுதுபோக்கு அல்ல. அது ஒருவகையான போர்முறை. நான் 'கந்தகார்' எடுக்கும்போது நாங்கள் படம் எடுத்த இடத்திலிருந்து பத்துமீட்டர் தொலைவில் குண்டு வெடித்தது. கேமராவிலிருந்து தொழில்நுட்ப சாதனங்கள் எல்லாவற்றையும் தூக்கிக்கொண்டு ஓடவேண்டும். ஓடினோம். அந்த உடல் உறுதி ஒரு திரைப்படப் படைப்பாளிக்கு அவசியம். எனவே, எந்த நாடாக இருந்தாலும் படம் எடுக்கிறவர் உறுதியாக இருக்கவேண்டும். ஏனெனில் உங்கள் பலம், பலவீனம் இரண்டும் உங்கள் படைப்பில் வெளிப்படும். இல்லையா.." என்று சிரித்தார். முதலில் உடல் உறுதியாக வேண்டும். அதிலிருந்தது மனம் உறுதியாகும். எங்கள் திரைப்படக் கல்லூரியில் இலக்கியம் படிக்கவேண்டும். ஒரு கவிஞரின் கவிதையை எடுத்துக்கொண்டு ஒருவாரம் முழுக்க அவரது கவிதைகளை மட்டுமே படிப்போம். வாசிக்கச் சொல்வோம். அதுபற்றிக் கலந்து பேசுவோம். விவாதிப்போம். ஒருவாரம் முழுக்க ஒரு கவிஞரின் கவிதை. பிறகு படம் பார்ப்போம். ஓவியங்கள் பார்ப்போம். ஒருவாரம் முழுக்க ஒரே படம். ஒரே இயக்குநரின் படம். திரும்பத் திரும்பப் பார்ப்போம். விவாதிப்போம். இதுதான் எனது பாடத்திட்டம்" என்று சிரித்தார். மேலும், "இந்தச் சூழலில் வளர்கிற சமீரா ஒருநாள் தொலைக்காட்சி செய்தி பார்க்கிறார். ஒரு அப்பா, தனது மகள்கள் இருவரையும் பல வருடங்கள் வெளி உலகமே தெரியாமல் அடைத்துவைத்திருக்கிறார் என்ற செய்தி அவரைப் பாதிக்கிறது. "இதைப் படமாக எடுக்கலாமா" என்று கேட்கிறார். "எடு" என்றேன். "அவரே கேமராவை எடுத்துக்கொண்டு அந்த இடத்தை தேடிக் கண்டுபிடித்துப் பதினோரு நாளில் ஆப்பிள் படத்தை எடுக்கிறார். இதுதான், இப்படித் தன்னைச் சுற்றி

நடக்கிற விஷயங்களைக் கவனிக்கிறவர்களாக, சமூகம் மீது பொறுப்புணர்வு மிக்கவர்களாக, அதனைத் திரைப்படமாக மாற்ற முடிகிறவர்களாக எனது பயிற்சி அவர்களை உருவாக்குகிறது எனக்குத் தெரிந்த அரசியலை எனக்குத் தெரிந்த சினிமாவை நான் கற்றுக்கொடுக்கிறேன். இதுதான் நீங்கள் கேட்கிற பாடத்திட்டம்.." என்றார்.

"ஏன் நாடு கடத்தப்பட்டீர்கள்" என்று கேட்டோம். அதற்கும் ஒரு புன்னகை. நான் 'Gabbeh' என்றொரு படம் எடுத்தேன். அந்தப் படம் ஈரானை இழிவுபடுத்துகிறது என்று தடை செய்தார்கள். நான் எப்படிப் படம் எடுப்பது என்பதை நான்தான் தீர்மானிக்க வேண்டும். அரசாங்கம் அதைத் தீர்மானிக்கமுடியாது. மஜித்மஜிதி சில்ரன் ஆப் ஹெவன் எடுத்தார். அது ஹாலிவுட்டில் ஆஸ்காருக்கு ஈரான் அரசாங்கம் சார்பில் பரிந்துரைக்கப்படுகிறது. மஜிதி என் மாணவர்தான் என்றாலும் அரசாங்கத்துக்குப் பணிந்துபோவதால், அவர்களது விதிகளுக்கு ஒத்துப்போவதால் அவருக்கு ஏராளமான நிதி உதவி கிடைக்கிறது. என்னை மாதிரி அமீர் நாதேரி இருக்கிறார். வறுமையான சூழலில் வெளிநாட்டில் வசிக்கிறார். ஈரானில் நான்கு கட்ட தணிக்கை முறை இருக்கிறது. கதை, திரைக்கதைக்குத் தணிக்கை குழுவிடம், கலாசார அமைச்சரிடம் ஒப்புதல் பெறவேண்டும். நடிகர், தொழில் நுட்பக்கலைஞர் யார் யார் என்று அவர்கள் பெயரில் ஏதும் பிரச்சினை இல்லையென்று தடையில்லாச் சான்றிதழ் வாங்க வேண்டும். இதையெல்லாம் கடந்துதான் நாங்கள் ஈரானுக்காகப் படம் எடுத்துக்கொண்டிருக்கிறோம். ஈரான் புரட்சிக்குப் பிறகு பழமைவாதிகள் திரைப்படத்தைக் கையில் எடுத்தார்கள். பெண்கள் கூந்தலைக் காட்டக் கூடாது. நான் எடுக்கிற எல்லாப் படங்களும் ஈரானைக் காட்டிக் கொடுப்பதாக அரசாங்கம் என்மேல் குற்றம் சாட்டுகிறது. அவர்கள் எதையெல்லாம் தடை செய்தார்களோ அந்தப் படங்கள்தான் எனக்குச் சர்வேச விருதுகளைப் பெற்றுத் தந்தன. எனவே, நான் நாடு கடத்தப்பட்டேன். எனது படங்கள் அரசியல் ரீதியானவை என்று அரசு நினைக்கிறது. அது, உண்மையாக இருக்கும்போது நான் என்ன செய்யமுடியும்? இந்த உலகத்தில் எந்த மூலையில் இடம் கிடைத்தாலும் என் குடும்பத்தோடு வசிப்பேன். அங்கிருக்கிற மக்களைப் பற்றி படம் எடுப்பேன். நாடு கடத்தப்பட்டதற்காக

ஒருபோதும் நானும் எனது குடும்பமும் படம் எடுப்பதை விடமாட்டோம்.

பிறகு, எங்கள் பேச்சு விருதுகள் பற்றி வந்தது. "விருதுகள் பெறுகிற மகிழ்ச்சி ஒரு நிமிடம் தான். பிறகு அது மறந்துவிடும். ஆப்கானில் யுத்தம் நடந்தபோது ஆயிரக்கணக்கான மக்கள் அகதிகளாக இடம் பெயர்ந்தார்கள். அவர்களுக்குக் கல்வி மறுக்கப்பட்டது. ஈரானின் சட்டம் அகதிகளுக்கான கல்வியை மறுத்தது. நான் ஏதாவது செய்யவேண்டுமே என்று அவர்களைப் பற்றி ஒரு ஆவணப்படம் எடுத்து அரசுக்கு அனுப்பினேன். அவர்கள் அதைப் பார்த்ததும் சட்டத்தைத் தளர்த்தினார்கள். அத்தனை குழந்தைகளையும் பள்ளியில் சேர்த்துக் கொண்டார்கள். ஒரு சின்ன டிஜிட்டல் கேமராவில் எடுக்கப்பட்ட படத்துக்கு கிடைத்த மரியாதை இது. சமூகத்தில் சினிமாவின் பங்கு என்ன? என்று கேட்டால் இதுதான் என்று நான் சொல்லுவேன். மற்றபடி, இந்த விருதுகள் குறித்து நான் அதிகம் பொருட்படுத்துவதில்லை. இப்போது எப்படிப் படம் எடுத்தால் விருதுகள் கிடைக்கும் என்று தெரிந்து வைத்துக்கொண்டு படம் எடுக்கிறார்கள். என்னைப் பொறுத்த வரையில் அது சினிமா அல்ல. நான் மக்களோடு இருக்கிறேன். அவர்களுக்கான சினிமாவையே நான் உருவாக்க விரும்புகிறேன். நானும் எனது குடும்பத்தினரும் 89 சர்வதேச விருதுகளைப் பெற்றிருக்கிறோம். இந்தப் புகழ் மட்டுமே போதுமா என்றால் எனக்குப் போதாது என்றுதான் சொல்லுவேன். சினிமாவுக்கு வரும்போது என் படங்களை மக்கள் பார்க்க வேண்டும்; இவன்தான் மக்மல்பஃப் என்று அவர்கள் என்னை அடையாளம் காணவேண்டும், என் சினிமாவுக்காக என்னைப் பாராட்ட வேண்டும் என்றெல்லாம் ஆசைப்பட்டிருக்கிறேன். அது உலகம் முழுக்க எனக்கு நிகழ்ந்தும் இருக்கிறது. ஆனால் இதில் எல்லாம் நான் திருப்தி அடைந்துவிடவில்லை. நான் யாருக்காகச் சினிமா எடுக்கிறேனோ அவர்கள் என்னையும் என் சினிமாவையும் தேடவேண்டும் என்றுதான் ஆசைப்படுகிறேன். மற்றபடி எந்த விருதிலும் எனக்குப் பெரிய மகிழ்ச்சி இல்லை".

"நடிகர்களை நீங்கள் எப்படித் தேர்வு செய்கிறீகள்?" என்று கேட்டேன். ஏனெனில் மக்மல்பஃப் தனது படங்கள் அனைத்திலும் தொழில்முறை நடிகர் அல்லாதவர்களையே நடிக்க வைத்திருக்கிறார். இந்தக் கேள்வியைக் கேட்டதும்

அவர் என்னிடம் வாய்ப்புக் கேட்டு வருகிறவர்களை அல்லது நான் நடிகர்களாகத் தேர்ந்தெடுக்கிறவர்களை பிச்சை எடுக்க தெருவுக்கு அனுப்புவேன். யார் அதிகமாகப் பிச்சை எடுத்து வருகிறார்களோ அவரைத் தேர்ந்தெடுப்பேன். ஏனெனில், எந்தக் கூச்சமும் இல்லாமல் மக்களிடம் சென்று தன்முனைப்பு இல்லாமல் தன்னை ஒரு பிச்சைக்காரராக நம்பி அதையே நடித்து நம்பவைக்க முடிகிறது என்றால் அவர்தானே சிறந்த நடிகர்."

"சரி, நடிகர்களுகான ஊதியம் என்ன?" என்று கேட்டேன். உடனே "இங்கு புகழ்மிக்க நடிகருக்கு எவ்வளவு ஊதியம் கொடுக்கிறீர்கள்" என்று திருப்பிக் கேட்டார். அது பத்துக் கோடிக்கும் அதிகம் என்று நான சொன்னதும் அவர் அதை அமெரிக்க டாலர் மதிப்பில் மாற்றிப் பார்த்து அதிர்ச்சியடைந்தார். ஏன் நடிகருக்கு இவ்வளவு தருகிறீர்கள் என்று கேட்டார். அவரது ஆச்சரியம் அடங்கவில்லை. பிறகு இயக்குநரில் இருந்து துவங்கி ஒவ்வொருவருக்கும் எவ்வளவு ஊதியம் என்று கேட்டார். அவருக்குத் தொடர்ந்து அதிர்ச்சிகள் காத்திருந்தன. உங்கள் இந்திய பணமதிப்பில் 15 லட்சத்துக்கு மேல் எங்களது எந்தப் படமும் எடுத்ததில்லை.." என்று சொல்லிச் சிரித்தார். பிறகு அவர் ஆர்வமாகப் படத்தின் பட்ஜெட் குறித்துக் கேட்டார். அதுவும் சில கோடிகள் என்று சொன்னதும் அதற்கும் ஒரு புன்னகை. வருடத்துக்கு தமிழில் மட்டும் 150 படங்கள் எடுக்கிறோம் என்று சொன்னதும் கன்னத்தில் கைவைத்துவிட்டார். கொஞ்ச நேர அமைதிக்குப் பிறகு, "உங்கள் படப்பிடிப்புத் தளத்தில் எத்தனைபேர் இருப்பீர்கள்?" என்று கேட்டார். குறைந்தது 100 பேர் என்று சொன்னதும் "100பேரை வைத்துக்கொண்டு எப்படிப் படம் எடுக்கமுடியும்? உதாரணத்திற்கு வறுமையைப் பற்றிய படம் எடுக்கிறீர்கள் என்றால் ஷாட் முடிந்ததும் 100பேர் உட்கார்ந்து அதே இடத்தில் சாப்பிட்டுக் கொண்டிருப்பீர்களா? எனது படப்பிடிப்பில் நான் டிரைவர் சமையற்காரர் நடிகர் எல்லாம் சேர்த்துப் படப்பிடிப்புக் குழு மொத்தமே 8 பேர்தான் இருப்போம்."

இயக்குநரே க்ளாப் அடிக்கவேண்டும். ஒலிப்பதிவு செய்யவேண்டும். ஒளிப்பதிவாளர் தனக்கான எல்லா வேலைகளையும் தானே செய்துகொள்ள வேண்டும். ஒரு இடத்திலிருந்து இன்னொரு இடத்துக்குக் கிளம்பும்போது நாங்களே எல்லாவற்றையும் தூக்கி

எடுத்துச்செல்வோம். நாங்கள் அனைவரும் ஒரு காரில் பயணம் செய்வோம். அந்த ஒரு கார்தான் எங்கள் படப்பிடிப்புக் குழு. எங்களது நடிகருக்கு ஊதியம் எவ்வளவு தெரியுமா? ஊதியம் என்பது பணமாக ஒன்றுமில்லை. நான் எனது சைக்கிளிஸ்ட் படத்தில் நடித்தவருக்கு ஒரு சிறிய வீடு கட்டிக்கொடுத்தேன். அதுதான் எங்களால் கொடுக்க முடிந்த ஊதியம். நீங்கள் சொல்வதையெல்லாம் பார்த்தால் சினிமா இங்கு மிகவும் கெட்டுப்போன நிலையில் இருக்கிறது. நிறையப் பணம் ஒரு தொழிலில் முதலீடு செய்யப்பட்டால் அது சினிமாவோ அல்லது எந்தத் தொழிலாக இருந்தாலும் அதைவைத்து லாபம் பார்க்கவே எல்லோரும் நினைப்பார்கள். நல்ல படம் எடுக்க யார் நினைப்பார்கள்? செலவைக் குறைக்கவேண்டும். நீங்கள் சொல்வதைப் பார்த்தால் எனக்கு இங்கு வந்து தமிழில் படம் எடுக்கவேண்டும் என்ற ஆசை வருகிறது" என்றார்.

"கட்டாயம் எடுங்கள்; எங்களால் இயன்ற உதவியைச் செய்கிறோம்" என்று சொன்னோம். "நான் எடுப்பது என்றால் நான் எடுக்கவில்லை. நீங்கள்தான் எடுக்கவேண்டும். நான் உங்களுக்கு உதவியாக இருப்பேன்."

"இங்கு இந்தியாவில் சாலையில்தான் எத்தனை கதைகள்?. அவ்வளவு உயிரோட்டமான கதாபாத்திரங்கள் உலவுகிறார்கள். கொஞ்சநேரம் சாலையைக் கவனித்தால்போதும். எத்தனைவிதமான மனிதர்கள் கடந்து செல்கிறார்கள்." அவர் இருந்த தெருவில் வடபழனி சுடுகாடு இருந்ததால் தினமும் சவ ஊர்வலம் போவதைப் பார்த்திருக்கிறார். அது அவருக்கு ஆச்சரியமாக இருக்கிறது. இங்கு எத்தனைவிதமாக ஒவ்வொரு நொடியும் கடந்துசெல்லும் பின்புலம் மாறிக்கொண்டே இருக்கிறது. நேற்று நானும் மெர்ஷியாவும் லேப்பில் இருந்து வரும்போது ஒரு கடையில் நின்றோம். அந்தக் கடையில் நான் ஒரு பழச்சாறு வாங்கிக் குடிக்க முயன்றபோது, என் கால்களை யாரோ சுரண்டுவது போலிருக்க திரும்பிப் பார்த்தேன். அழுக்கான ஒரு சிறுவன் நின்று கொண்டிருந்தான். அவன் என்னைப் பார்த்து என் கையிலிருந்த பழச்சாறைக் கேட்டான். நானும் மறுக்காமல் அவனுக்கு அப்படியே கொடுத்தேன். கொடுத்துவிட்டு என்ன செய்கிறான் என்று பார்த்தேன். இதுவரைக்கும் அவன்மேல் எனக்கு ஆச்சரியம் எதுவுமில்லை. அதற்குமேல் அவன் செய்ததுதான் எனக்கு தீராத ஆச்சரியமாக இருந்தது. என்னிடம்

இருந்த பழச்சாறுக் குவளையை வாங்கியதும் அவன் உடனே குடிக்கவில்லை. கையில் அந்தப் பழச்சாறை எடுத்துக்கொண்டு நடந்து சென்றான். அவனது உடைகள் அவ்வளவு அழுக்காக இருந்தன. என்றாலும் பழச்சாறுடன் சாலையைக் கடந்த அவன் நடுவில் இருந்த சாலையைப் பிரிக்கும் திண்டில் ஒரு செய்தித்தாளை விரித்து உட்கார்ந்தான். அதில் ஒரு ராஜாவைப் போல கால்மேல் கால்போட்டு உட்கார்ந்துகொண்டு போகும் வரும் வாகனங்களையும் மனிதர்களையும் ஏளனமாகப் பார்த்துக்கோண்டே அந்தப் பழச்சாறைப் பருகுகிறான். நான் அசந்துவிட்டேன். அந்தச் சிறுவனைப் பின் தொடருங்கள். அங்கு ஒரு கதை நிச்சயமாக இருக்கிறது. அதுதான் சினிமா. உலகில் எங்கும் இல்லாத அளவுக்குத் தணிக்கை விதிகள் இருந்தபோதும் ஈரானிய சினிமா ஒளிர்கிறதென்றால் அதன் காரணமென்ன? அதில் குழந்தைகளும் சிறுவர்களும் அதிகமாக இருக்கிறார்கள். அவர்கள்தானே நமது உண்மையான ஆன்மா. இதுபோல மனிதர்களைப் படம் எடுங்கள். இதுபோல இங்கு எத்தனை ஆயிரம் கதைகள் இருக்கின்றன. வருடத்திற்குத் தமிழில் மட்டும் 150 படங்கள் எடுக்கிறீர்கள். இந்தியாவில் மொத்தம் எத்தனை படங்கள் இருக்கும்? நூறுகோடிப் பேருக்கும் அதிகமாக இருக்கிற இந்தியாவில் சிறந்த இயக்குநர்கள் எத்தனைபேர். ஒரு பத்துப்பேரை மட்டுமே சொல்லமுடிகிறது என்றால் இந்தியா சினிமாவில் கடக்கவேண்டிய தூரம் வெகுதொலைவில் இருக்கிறது என்றே நான் நினைக்கிறேன்."

ஒரு நல்ல சினிமா எப்படியெல்லாம் இருக்கவேண்டும்? என்று கேட்டோம். "மக்களைப் பேசுகிற எந்தப் படமும் நல்ல படம்தான். சமீரா எடுத்த ஆப்பிள் சர்வதேச அளவில் எல்லா விருதுகளையும் குவித்தது. அத்துடன் நிற்காமல் சமீரா அந்தக் குழந்தைகளுக்கு அந்த வீட்டின் மேலேயே ஒரு மாடியைக் கட்டிக்கொடுத்தாள். ஆனால், அங்கும் அந்தக் குழந்தைகளை அவர்களின் தகப்பன் திரும்பவும் பூட்டிவைத்தான். ஆனாலும் சமீரா அந்தக் குழந்தைகளுக்காகத் தொடர்ந்து போராடிக் கொண்டிருக்கிறாள். திரைப்படம் என்பது சில விருதுகளோடு முடிந்துபோகிற ஒன்றல்ல. அது காலம்காலமாக மக்களின் நினைவுகளிலும் வாழ்க்கையோடும் இணைந்திருக்க வேண்டும். அப்படியான சினிமா இயக்கத்தைத் தமிழில் நீங்கள்

துவக்கிவையுங்கள்" என்று என்னையும் நண்பர்களையும் பார்த்துச் சொன்னார்.

பிறகான உரையாடலில், "தமிழ்ப் படம் ஒன்றுகூட தான் பார்த்ததில்லை. ஆனால், பார்க்க விரும்புகிறேன்" என்று சொன்னார். "இந்திப் படங்கள்போல நடனமும் பாட்டும் உங்கள் படங்களிலும் இருக்குமா?" என்று கேட்டுப் புன்னகைத்தார்.

இந்தியப் படங்களில் தான் பார்த்த ஒரே படம் பதேர் பாஞ்சாலி என்று சொன்னார். (அதை இப்போது பார்த்தாலும்) அதிலிருக்கிற இந்தியத்தன்மை குறித்துச் சிலாகித்துச் சொன்னார். அந்தக் குழந்தைகள், அந்த வறுமை, அந்த வாழ்க்கை எத்தனை உயிரோட்டமாக இன்றும் இருக்கிறது. எனக்கு மனச்சோர்வடையும்போது நான் ரேயின் பதேர்பாஞ்சாலி, ஃபெலினியின் லாஸ்ட்ரடா இரண்டும் பார்ப்பேன்" என்று சொன்னார். வெகுநேரம் பேசிக்கொண்டிருந்தோம். நிழற்படங்கள் எடுத்தோம். இடையிடையே மெர்ஷியா பதப்படுத்தப்பட்ட பழச்சாறினைக் கொண்டுவந்து தந்து அதே மாறாத புன்னகையுடன் அமர்ந்திருந்தார். இடையிடையே மக்மல்பஃப் சில விஷயங்களை குர்தீஷ் மொழியில் கேட்டபோது, மெர்ஷியா சொன்ன பதில்களை எங்களிடம் பகிர்ந்துகொண்டார். நாங்கள் விடைபெறும் நேரம் வந்தபோது எங்களுக்கான உபசரிப்பு குறித்து போதிய கவனிப்பினைச் செய்யமுடியவில்லை என்று வருத்தம் தெரிவித்தார். அவர் மறுநாளும் தாம் இருப்பதாகச் சொல்லி, முடிந்தால் மறுநாளும் சந்திக்கலாம்..." என்று சொன்னார்.

மறுநாள் நான் இயக்குநர் பாலாஜி சக்திவேலை அழைத்துச் சென்றேன். உடன் விஸ்வாமித்திரனும் இருந்தார். அழைப்புமணி அடித்ததும் மக்மல்பஃப் அதே வெள்ளைக் கதர் உடையில் கதவைத் திறந்தார். பாலாஜி சக்திவேல் அவருக்குச் சால்வை அணிவித்துக் காலில் வணங்கி ஆசீர்வாதம் வாங்க மக்மல்பஃப் நெகிழ்ந்துபோய் அவர் அணிவித்த சால்வையுடன் கொஞ்சநேரம் அமர்ந்திருந்தார். திரும்பவும் வணிக சினிமா, இந்திய சினிமா, உலக சினிமா பற்றிப் பேசிக்கொண்டிருந்தார். தங்கள் உடைமைகளைத் தவறவிட்டதால் இந்த ஒரு உடைதான் இருக்கிறது. இரவுகளில் துவைத்துப் போட்டு மூன்று நாட்களாக ஒரே உடையை அணிந்திருப்பதைப் புன்னகையுடன் சொன்னார்.

நேற்று பர்மா பஜார் போனபோது அங்கு உலகப் படங்களின் குறுந்தகடுகள் குறைந்த விலையில் கிடைப்பது குறித்து ஆச்சரியமாகச் சொன்னார். அவரது படங்கள், மெர்ஷியாவின் படங்கள் கிடைப்பது குறித்து ஆச்சரியமாகச் சொன்னார். அவரைப் பற்றிய ஆவணப்படம் ஒன்று அவரிடமே இல்லாத பிரதி இங்கு கிடைக்கிறது என்று புன்னகையுடன் சொல்லி அதில் இரண்டு பிரதிகள் வாங்கியதாகச் சொன்னவர் அதில் ஒரு பிரதியை எனக்கு அன்பளிப்பாகக் கொடுத்தார். நாளை அதிகாலை விமானம் என்பதால் இன்று மாலை படப் பிரதிகளைப் பெற்றுக்கொண்டு கிளம்பவேண்டும் என்று சொன்னார். வாய்ப்பு இருந்தால் திரும்பவும் விரைவில் இந்தியா வருவதாகவும் தமிழில் நாம் எல்லோரும் சேர்ந்து ஒரு படம் எடுக்கலாம் என்றும் சொன்னார். விடைபெறும் தருணம். எல்லோரும் இணைந்து நிழற்படம் எடுத்துக்கொண்டோம்.

விடைபெற்று வெளியில் வந்தோம். அந்த எளிமையும் கனிவும் வழிகாட்டுதலும் என் முழுப் பயணத்துக்குமான சுடரைக் கையில் தந்ததுபோல் இருந்தது. உலகத்தின் சிறந்த திரைப்பட ஆளுமை ஒருவர் நமது படங்கள் உருவாக்கப்படுகிற அதே வேதியியல் சாலையைத் தேடி வருகிறார். அதே இடத்திலிருந்துகொண்டு நாம் என்ன மாதிரியான படங்களை உருவாக்குகிறோம்? நாம் என்ன மாதிரியான படங்களை எடுக்கவேண்டும்?

மாலைப்பொழுதில் அருணாச்சலம் சாலையில் நின்று கொண்டிருக்கும்போது மக்மல்பஃப்பும் மெர்ஷியாவும் நடந்துபோய்க் கொண்டிருந்தார்கள். திரும்பவும் அவர்களைத் தொந்தரவு செய்ய விரும்பாமல் தொலைவிலிருந்து அவர்களைப் பார்த்துக் கொண்டிருந்தேன். கொஞ்ச நேரத்தில் அந்தச் சாலையில் எனக்குத் தெரிந்த இன்னொரு சர்வதேச இயக்குநர் பிரசன்ன விதானகே நடந்துவந்துகொண்டிருந்தார். நான் சென்னையில்தான் இருக்கிறேனா? என்னால் நம்ப முடியவில்லை. அவர் என்னைப் பார்த்ததும் ‘செழியன்’ என்று புன்னகையுடன் கை உயர்த்தினார். அதே கனிவும் அன்பும் எளிமையும்கொண்ட இன்னொரு ஆசிரியர். சிறந்த படைப்பாளிகள் எப்போதும் தங்கள் படைப்பு குறித்த கர்வமோ, ஆணவமோ சிறிதும் இன்றி எளிதில் அணுகமுடிகிற ஆசிரியர்களாக இருக்கிறார்கள். இங்கு நம் தமிழ்ச் சூழலில் புகழ்மிக்க ஒருவரிடமாவது இந்த எளிமையும் அன்பும் இருக்குமா?

நான் என் அன்புக்கும் மதிப்பிற்கும் உரிய பிரசன்னா விதானகே நோக்கி நடந்தேன். எல்லாச் சந்திப்புகளும் எனக்கென நிகழும் வாய்ப்பெனக் கருதிக்கொள்கிறேன். எனது முன்னோடிகள், நான் விரும்பும் சினிமாவை எடுத்துப் பார்த்தவர்கள் தினமும் நான் கடந்துசெல்லும் சாலையில் வருகிறார்கள். அவர்களுடன் பேசிக்கொண்டே நடக்கிறேன். சாலை ஒன்றுதான். ஆயினும் செல்லவேண்டிய இடம் வெகுதூரத்தில் இருக்கிறது.

၀